D1763729

ஸ்ரீரங்கத்து தேவதைகள்

கிழக்கு பதிப்பக வெளியீடுகளாக சுஜாதாவின் புத்தகங்கள்

என் இனிய இயந்திரா
மீண்டும் ஜீனோ
திசை கண்டேன் வான் கண்டேன்
ஆஸ்டின் இல்லம்
நிறமற்ற வானவில்
வாய்மையே சில சமயம் வெல்லும்
ஊஞ்சல்
பாரதி இருந்த வீடு
விழுந்த நட்சத்திரம்
முத்தல் நாடகம் - நாடகங்கள்
பதினாலு நாள்கள்
கனவுத் தொழிற்சாலை
குருபிரசாத்தின் கடைசி தினம்
கை
கடவுள் வந்திருந்தார்
சிங்கமய்யங்கார் பேரன்
டாக்டர் நரேந்திரனின் வினோத வழக்கு
கொலையுதிர் காலம்
பெண் இயந்திரம்
வஸந்த்! வஸந்த்!
தீண்டும் இன்பம்
அனிதாவின் காதல்கள்
மூன்றுநாள் சொர்க்கம்
பத்து செகண்ட் முத்தம்
பிரிவோம் சந்திப்போம்
இரண்டாவது காதல் கதை
ஆதனிலால் காதல் செய்வீர்
ஆட்டக்காரன் சிறுகதைகள்
நகரம் சிறுகதைகள்
ஸ்ரீரங்கத்து தேவதைகள்
ஸ்ரீரங்கத்துக் கதைகள்
தூண்டில் கதைகள்
மீண்டும் தூண்டில் கதைகள்நீசுடுத்டு
நிஜத்தைத் தேடி
கம்ப்யூட்டரே ஒரு கதை சொல்லு
ஓலைப்பட்டாசு

அனுமதி
சில வித்தியாசங்கள்
பாதி ராஜ்யம்
மனைவி கிடைத்தாள்
மத்யமர்
ரயில் புன்னகை
நில்லுங்கள் ராஜாவே
24 ரூபாய் தீவு
நைலான் கயிறு
அப்ஸரா
ஆர்யபட்டா
கமிஷனருக்குக் கடிதம்
எதையும் ஒரு முறை
இதன் பெயரும் கொலை
மெரீனா
ப்ரியா
சிவந்த கைகள்
கொலை அரங்கம்
அனிதா - இளம் மனைவி
காயத்ரி
ஒரே ஒரு துரோகம்
கம்ப்யூட்டர் கிராமம்
இளமையில் கொல்
தங்க முடிச்சு
விக்ரம்
இன்னும் ஒரு பெண்
மேகத்தைத் துரத்தியவன்
ஓடாதே
விடிவதற்குள் வா
மாயா
ரோஜா
ஜோதி
6961
மலை மாளிகை
தப்பித்தால் தப்பில்லை
ஓரிரவில் ஒரு ரயிலில்
விபரீதக் கோட்பாடு
ஐந்தாவது அத்தியாயம்
மீண்டும் ஒரு குற்றம்
வசந்த காலக் குற்றங்கள்

ஒரு நடுப்பகல் மரணம்
மண்மகன்
நில் கவனி தாக்கு
ஜன்னல் மலர்
என்றாவது ஒரு நாள்
வைரங்கள்
ஆ..!
மேலும் ஒரு குற்றம்
மேற்கே ஒரு குற்றம்
சொர்க்கத் தீவு
ஆயிரத்தில் இருவர்
உள்ளம் துறந்தவன்
நிர்வாண நகரம்
கரையெல்லாம் செண்பகப்பூ
இருள் வரும் நேரம்
தேடாதே
விருப்பமில்லா திருப்பங்கள்
விரும்பிச் சொன்ன பொய்கள்
வானத்தில் ஒரு மௌனத்தாரகை
சிறுகதை எழுதுவது எப்படி?
திரைக்கதை எழுதுவது எப்படி?
அப்பா, அன்புள்ள அப்பா
மிஸ் தமிழ்தாயே நமஸ்காரம்
21ம் விளிம்பு
சின்னச் சின்னக் கட்டுரைகள்
ஜீனோம்
கற்பனைக்கும் அப்பால்
ஓரிரு எண்ணங்கள்
தோரணத்து மாவிலைகள்
விவாதங்கள் விமர்சனங்கள்
வாரம் ஒரு பாசுரம்
ஆழ்வார்கள்:ஓர் எளிய அறிமுகம்

ஸ்ரீரங்கத்து தேவதைகள்

சுஜாதா

கிழக்கு

ஸ்ரீரங்கத்து தேவதைகள்
Srirangaththu Devadhaigal
by Sujatha
Sujatha Rangarajan ©

Kizhakku First Edition: September 2011
136 Pages
Printed in India.

ISBN: 978-81-8493-654-4
Title No. Kizhakku 626

Kizhakku Pathippagam
177/103, Ambal's Building, Lloyds Road,
Royapettah, Chennai - 600 014.
Email : support@nhm.in Website : www.nhm.in
Ph: +91-44-4200-9603 | WhatsApp: +91-95000 45609

❋ kizhakku.books ❋ kizhakku_nhm

Cover Image Courtesy : Wikipedia

Kizhakku Pathippagam is an imprint of New Horizon Media Private Limited

The views and opinions expressed in this book are the author's own and the facts are as reported by the author, and the publishers are not in any way liable for the same.

All rights reserved. No part of this publication may be reproduced, stored in a retrieval system, or transmitted, in any form or by any means, electronic, mechanical, photocopying, recording or otherwise, without the prior permission of the publishers.

பொருளடக்கம்

	கதைகளைப் பற்றி சுஜாதா	➤	06
1.	கடவுளுக்குக் கடிதம்	➤	09
2.	ராவிரா	➤	17
3.	குண்டு ரமணி	➤	25
4.	வி.ஜி.ஆர்.	➤	31
5.	திண்ணா	➤	36
6.	சின்ன 'ரா'	➤	45
7.	பெண் வேஷம்	➤	51
8.	ஏறக்குறைய ஜீனியஸ்	➤	65
9.	பேப்பரில் பேர்	➤	78
10.	பாம்பு	➤	90
11.	எதிர் வீடு	➤	100
12.	கிருஷ்ண லீலா	➤	113
13.	காதல் கடிதம்	➤	121
14.	மறு	➤	131

கதைகளைப் பற்றி சுஜாதா

நான் பிறந்த ஊர் சென்னை. ஆனால், வளர்ந்து, படித்து, ஆளானது எல்லாம் ஸ்ரீரங்கத்தில்தான். 'நேட்டிவ் ப்ளேஸ்' என்று ஏதாவது மனுவில் கேட்டால், 'ஸ்ரீரங்கம்' என்றுதான் எழுது கிறேன். இன்றைய தேதிக்கு எனக்கும் ஸ்ரீரங்கத்துக்கும் தொடர்பு எதுவுமே இல்லாவிட்டாலும் அதனுடன் ஒரு பிணைப்பு இருக்கிறது.

இந்தப் புத்தகத்தின் கதைகளில் சம்பவங்கள் அனைத்தும் என் சிறு வயதில் நிகழ்ந்தவை.

எந்தக் கதாசிரியனும் நிஜத்தை அப்படியே எழுதமாட்டான். கோர்ட் உபத்திரவங்களை நீக்கிவிட்டாலும் அப்பட்டமான நிஜம் சுவாரஸ்யமாக இருப்பதில்லை. ஜோடனைகள் தேவை யாகத்தான் இருக்கின்றன. எனவே, இந்தக் கதைகளில் கற் பனைச் சம்பவங்கள் கலந்துதான் இருக்கின்றன. கலவையின் விகிதாசாரம் என் தொழில் ரகசியம். அது முக்கியம் என்று எனக்குத் தோன்றவில்லை. முக்கியமாக நான் கருதுவது, சம்பவங்களை நோக்கி விவரிப்பவனின் அறியாமைதான்.

இந்தக் கதைகளின் நாயகன் நான் அல்ல. அந்தக் காலகட்டத்தில் வாழ்ந்த ஒரு சிறுவன். அவனுக்கு அப்போது பல விஷயங்கள் 'ஏன்' புரியவில்லை? அந்தப் புரியா ஆச்சரியத்தை முப்பது வருஷம் கடந்து எழுதும்போது அந்த வியப்பைப் பாதுகாக்க முயற்சித்திருக்கிறேன்.

இந்தப் புதிய பதிப்பை வெளியிடும் விசா பப்ளிகேஷனுக்கும், இக்கதைகளை முதலில் வெளியிட்ட 'சாவி', 'குங்குமம்', 'கலை மகள்' பத்திரிகைகளின் ஆசிரியர்களுக்கும், முப்பது வருஷமாக என் எழுத்துக்கு ஆதரவு தந்து வரும் வாசக அன்பர்களுக்கும் நன்றி.

சுஜாதா, பெங்களூர், ஆகஸ்டு 1993.

1. கடவுளுக்குக் கடிதம்

மஞ்சுசேர் மாளிகை நீ டகில் புகையும்
மறையோர்

செஞ்சொல் வேள்விப் புகையும் கமழும்
தென்னரங்கமே

- பெரிய திருமொழி, திருமங்கையாழ்வார்

கிருஷ்ணன் கோட்டை வாசல் வழியாகக் கீழ் வாச லுக்கு வந்தால் தகர ஜாக்கெட் போட்ட சித்திரைத் தேர் மொட்டையாகத் தெரியும். பக்கத்தில் ஓரிரண்டு மாட்டு வண்டிகளும் அவைக்கேற்ப சோனி மாடுகளும் நிற்கும்.

தேர்த் தகரத்தின் மேல், நெளிந்து நெளிந்து ஒட்டி யிருக்கும் நோட்டீஸ்களில் ரங்கராஜா டாக்கீஸில் படம் 'இன்றே கடைசி' என்றும், திருச்சி கீழப் புலிவார் ரோடு மைதானத்தில் போட்டா போட்டி காட்டா குஸ்தியில், ஆக்ரோஷமான பத்து ரவுண்டு கள் என்றும் எழுதியிருக்கும். இந்த இடம் ஒரு நாற்சந்தி. கோகுலாஷ்டமி கழிந்து பால்காரர்கள் இங்கு உறியடி, வழுக்கு மரம் என்று உற்சவம் போல நடத்துவார்கள்.

அப்போது கே.கே. வாசலின் உட்புறமெல்லாம் சுண்ணாம்படித்து, சுவரில் மீசைக்காரர்களும்,

கையில் கிளி வைத்த பெண் பிள்ளைகளும் காவிக் கலரில் வரைய ஒரு சித்திரக்காரன் வருவான். வருஷா வருஷம் அந்த மீசைக் காரர்களும் பெண் பிள்ளைகளும் ஜாடை மாற மாட்டார்கள். அந்த மாயச் சித்திரக்காரனை நான் அப்போது ஒரு மேதை என்றே நினைத்திருந்தேன். பேசவேமாட்டான். என்னைப் பார்த்து ஒரு முறை சிரித்திருக்கிறான்.

கோட்டை வாசலை ஒட்டிய ரைஸ் மில்லில், சப்தம் சதா கேட்டுக் கொண்டே இருக்கும். நெல் தீர்ந்து போனதும் ஒரு மாதிரி பேரிங் சப்தம் திடீர்க் கீச்சுக் குரலில், மயிர்க்கூச்செறிய வைக்கும். அந்தச் சப்தம் பழகிப் போன மாதவன் கடையில்தான் அவர்கள் பன்னீர்ப் புகையிலை வாங்கி, நெற்றிக்குக் குறுக்கே கர்ச்சீப் கட்டிக் கொண்டு, சோடா கொப்பளிப்பார்கள். மாதவனைப் பற்றி அந்தக் காலத்திலேயே 'இந்து நேசன்' பத்திரிகையில் சரசாவை வைத்துக்கொண்டிருப்பதாக நியூஸ் வந்தது. அந்த இதழை எனக்குக் காட்டினார்கள். 'டாவு வேலை' என்கிற பிரயோக மெல்லாம் இருந்ததாக ஞாபகம்.

கீழச் சித்திரை வீதியிலிருந்து 'இந்து நேச'னில் பெயர் வந்த வர்கள் மூவர். மாதவன், மாங்கொட்டை, நாணு, அப்புறம் ஜி.கே. விமலா என்கிற ரேடியோ பாடகி. 'இந்து நேசன்' அப்போ தெல்லாம் லட்சுமிகாந்தன் என்பவரின் ஆசிரியத்தில் வாரம் தவறாமல் எந்த எந்த ஊரில் யாரார் வைப்பாட்டி வைத் திருக்கிறார்கள் என்று பேர் அட்ரஸ் கொடுத்து புட்டு புட்டு வைக்கும். 'அடுத்த வாரம் மடத்துப் பச்சாவின் லீலைகள். உங்கள் காப்பிக்கு ஆர்டர் செய்துவிடுங்கள்' என்று விளம்பரம் இருக்கும்.

படம் ஏதும் போட மாட்டார்கள். ஸ்ரீரங்கத்தில் பலர், அந்த வார இதழ் வரும்போது அதிகாலையிலேயே இருக்கிற எல்லாக் காப்பிகளையும் வாங்கி எரித்துப் போடுவார்கள். அதற்கும் அதிகாலையில் ஸ்டேஷனுக்குப் போய் ரங்கு ஒரு காப்பி வாங்கி விடுவான். அதை அவர்கள் எல்லோரும் சதியாகப் படித்துக் கொண்டிருக்கும் போது எட்டிப் பார்த்தால், 'சின்னப் பையன் நீ. இதெல்லாம் படித்தால் கெட்டுப் போவாய்' என்று விரட்டு வார்கள். ஒரே ஒரு முறைதான் முன் சொன்ன மாதவன் நாயர் பற்றிய செய்தியைப் பார்க்க முடிந்தது. இதனால் மாதவனுக்குக் கோபதாபம் ஏதும் இல்லை. கொஞ்சம் சிரித்துக் கொண்டு பெருமையாகத்தான் இருந்தான்.

கொஞ்சம் மேற்கே போனால், கிருஷ்ணா கபே என்று இருட்டாக மண்டபத்தில் ரேடியோ வைத்து ஒரு காப்பி கிளப் இருக்கும். நாங்கள் அதில் சாப்பிடமாட்டோம். வண்டிக்காரர்களுக்கென்றே ஏற்பட்டது. ஓட்டல் பலகாரம் மாறுவதற்கு முன்பே, ஓனர் மாறிக்கொண்டே இருப்பார்கள். ரங்கு கூட அதை ஒரு முறை எடுத்து நடத்திக் கைவிட்டிருக்கிறான். அதன் ரேடியோவில் எப்போதும் கிராம நிகழ்ச்சிகள் கேட்டுக்கொண்டே இருக்கும். இந்தப் பக்கம் வந்தால், பிரசித்தி பெற்ற ரங்கு கடை. நாங்கள் அடிக்கடி கூடிப் பேசும் இடம். ரங்கு கடைக்கு யார்தான் வந்து உட்காருவது என்று விவஸ்தை கிடையாது. கோவிந்து வருவான்.

கோவிந்து ரொம்ப நேரம் மவுனமாக உட்கார்ந்திருந்துவிட்டு, போஸ்ட் ஆபீஸ் திறந்ததும் ஒரு கார்டு வாங்கி வந்து, ரங்கு கடையில் உட்கார்ந்து, தொடை மேல் வைத்துக்கொண்டு தினம் கடவுளுக்குக் கடிதம் எழுதுவான். அதுவும் இங்கிலீஷில். அட்ரஸ்-

'காட்.

கேர் ஆஃப் வைகுண்டா,

ஹெவன்'

என்று எழுதி 'டியர் காட்' என்று ஆரம்பித்து மூன்று நான்கு ஆணித்தரமான கேள்விகள் கேட்டிருப்பான். (உதாரணம்) 'ஏன் இந்த உலகத்தைப் படைத்தாய்; முனிசிபாலிட்டி விளக்கு ஏன் எரியமாட்டேன் என்கிறது? சோனிக்கு எப்போது பேச்சு வரும்? கோவிந்து கடிதம் எழுதும்போது ஃப்ரம் அட்ரஸ் எழுத மாட்டான். அதனால் அவன் தினந்தோறும் எழுதும் கடிதங்கள் எங்கே போய்ச் சேருகின்றன என்று எங்களுக்குத் தகவல் இல்லை.

ஒரு முறை சுய அட்ரஸ் எழுதிவிட்டதால், அந்தக் கடிதம் ஸ்ரீ வைகுண்டம் போய், அங்கே 'அட்ரஸ்ஸி நாட் ட்ரேஸபிள், ட்ரை ஸ்ரீநகர்' என்று ஸ்ரீநகர் போய்விட்டு, நாயடிபட்டு, மூஞ்சி முழுவதும் முத்திரையாக அவனுக்கே திரும்பி வந்தது. கோவிந்து அதைப் பார்த்து, ஒரே ஒரு தடவை 'பாத்தியா? நான் சொன்னேன் பாத்தியா?' என்றான். அவனைக் கண்டால் எனக்குப் பயம். மனசுக்குள் அவனுக்குப் பைத்தியம் என்பது தெரிந்தது. ஆனால், மற்ற பேர் அவனுடன் நார்மலாகவே பேசிக் கொண்டிருப்பார்கள். ரங்கு சீரியஸாக, 'என்ன கோந்து கடுதாசி

எழுதியாச்சா? அவருக்கு இங்கிலீஷ் தெரியுமாடா?' என்பான். அதற்கு அவன் லேசாகச் சிரிப்பான். ஹாஸ்யமோ காரணமோ தென்படாத சிரிப்பு. கண்கள் ஒத்துழைக்காத வெறும் தசை இயக்கம். எனக்குப் பயமாகவே இருக்கும்.

ஒரு நாள் யாரையாவது கோவிந்து செவிட்டில் அறையப் போகிறான் என்றுதான் எதிர்பார்த்துக்கொண்டிருந்தேன். அப்படி நிகழவே இல்லை; பூணூலைத் துறந்து வெறும் மார்பாக, நாலு முழம் வேஷ்டி கட்டிக்கொண்டு மௌனமாக உட்கார்ந்திருப் பான். அவன் உள்ளுக்குள் எத்தனை எத்தனை சர்ச்சைகள் என்று வியப்பேன். எப்போதாவது 'ம்ஹூம்' என்று சொல்லிக் கொள்வான். தொடர்ந்து கடவுளுக்கு கார்டு எழுதிக் கொண் டிருந்தானே தவிர மற்ற இம்சை ஏதும் இல்லை.

கோவிந்து பள்ளியில் படிக்கும்போது சாம்பியனாகவும், ஹை ஜம்ப்பில் ஜில்லாவிலே முதலாவதாக பொன்மலையின் கலெக்டரிடம் பரிசு வாங்கியதாகவும் தகவல் இருந்தது. ஒரு முறை அடைய வளஞ்சானில், திட்டி வாசல் வழியாக செகண்ட் ஷோ பார்த்துவிட்டுத் தனியாக வரும்போது, பின்னால் சலங்கை சப்தம் கேட்டதாகவும், மதில் மேல் வெள்ளைப் புடவைக்காரி மிதந்து வந்ததாகவும், ஓட எத்தனித்த கோவிந்துவைத் துரத்திச் சாக்கடைச் சந்து வழியாக அழைத்துப் போய் ஒரு வீட்டின் தோய்க்கிற கல்லில் மல்லாக்க வைத்து, அவன் மேல் படுத்துக் கொண்டிருந்து விட்டதாகவும், காலை சூரியன் வந்ததும்தான் ஆவியாகப் போனதாகவும் சொல்லிக்கொண்டார்கள். அதிலிருந்துதான் இந்த மாதிரி பிரமையாம். பைத்தியமில்லையாம். இதற்கு ஓர் அரிய மூலிகை பத்ரியில்தான் கிடைக்குமாம்.

கோவிந்துவின் தம்பி நார்மலாகத்தான் இருந்தான். 'அந்தக் கிறுக்கு இங்கே வந்ததா?' என்று கேட்பான். கோவிந்துவை வீட்டில் எப்படிச் சமாளிக்கிறார்கள் என்று வியப்பேன். கடிதம் எழுதிவிட்டு கடையைவிட்டுப் பத்து பத்தரைக்குப் போவான். வீட்டுத் திண்ணையில் ஒரே திசையில் பார்த்துக்கொண்டு உட்கார்ந்திருப்பான். சாப்பாடு, மத்தியானத் தூக்கம் ஏதும் கிடையாது. மறுபடி ஒரு நடை கடைக்கு வருவான். யாரிடமும் பேச்சுக் கிடையாது. அரை மணி உட்கார்ந்திருந்துவிட்டு மறுபடி வீட்டுத் திண்ணை. ரங்கசாமி பால் கறக்க வந்தால், கன்றுக் குட்டியையே பார்த்துக்கொண்டிருப்பான்.

கோவிந்துவுக்கு ஒரு முறை கீழ்ப்பாக்கத்தில் வைத்தியம் பார்த்தார்களாம். அவனுக்கு அப்பா இல்லை. அம்மாதான் அழைத்துக்கொண்டு போயிருந்தாளாம். வாயில் எதையோ அடைத்து, கடிக்கச் சொன்னார்களாம். நெற்றிப் பொட்டில் கரண்ட் வைத்தார்களாம். நாலைந்து பேர் பிடித்துக்கொள்ள அதையும் மீறி 'விலுக்'கென்று உதைத்ததைப் பார்த்து, அம்மா தாங்க முடியால் பாதி சிகிச்சையிலேயே திரும்ப அழைத்துக் கொண்டு வந்து, மறுபடியும் திண்ணையில் உட்கார வைத்து விட்டாள். எல்லாவற்றையும் தன்னுடைய விதி என்று ஒப்புக் கொண்டு சக்கரத்தாழ்வாருக்கு தினம் விளக்கில் நெய் ஊற்றிக் கொண்டிருந்தாள்.

வைத்தியம் பார்த்ததாலோ அல்லது சக்கரத்தாழ்வாரினாலோ கோவிந்துவுக்கு குணமானாற் போலத்தான் இருந்தது. திடீர் என்று ரங்கு கடைக்கு, நடு வகிடு எடுத்துத் தலை சீவிக்கொண்டு, சவரம் எல்லாம் பண்ணிக்கொண்டு, சட்டை போட்டுக்கொண்டு வந்தான். கடவுளுக்குக் கடிதம் எழுதவில்லை. தினமணி பேப்பரை எடுத்து மெல்லப் படித்து 'ஆமணக்கு எண்ணெய் என்ன விலை விற்கிறது?' என்று கேட்டான். எல்லோரும் அவனையே வியப்பாகப் பார்த்துக்கொண்டிருந்தோம்.

அவன் அம்மா ஸ்டவ் திரி வாங்க வந்தபோது ரங்கு, 'என்ன மாமி கோந்துக்குச் சரியாய்டுத்தா?' என்று விசாரித்தான்.

'இப்பல்லாம் எவ்வளவோ தேவலை ரங்கா. புழக்கடைக்குப் போனா, தானே எல்லாம் பண்ணிக்கிறான். முக க்ஷவரம் பண்ணிக்கிறான். இன்னிக்கு வாழைத் தண்டு கூட நறுக்கிக் கொடுத்தான்.'

'எல்லாம் சரியாப் போய்டும் மாமி, ஒரு கல்யாணத்தைப் பண்ணிடுங்கோ.'

'அதாண்டா நான் கூட நல்ல எடமா பார்த்துண்டிருக்கேன். உனக்கு வேண்டப்பட்டவா யாராவது இருந்தா சொல்றியா? வெளியூரா இருந்தாலும் பரவாயில்லை, திருநகரி, கும்ப கோணம்னு. இப்பல்லாம் கோவிந்தன் சொக்கா போட்டுக்கறான் பார்த்தியோ!'

'பாத்தேன் மாமி, லட்சணமாகத்தான் இருக்கான். தமிழ் வாத்தியார் பொண்ணைப் பார்க்கலாமான்னு பார்க்கறேன்.'

'ஏதோப்பா நீங்கள்லாம்தான் அவனுக்கு சிநேகிதாள். உங்க பொறுப்பு' என்று அவள் சொல்லிவிட்டுப் போனதும், எனக்கு வயிற்றைக் கலக்கியது. தமிழ் வாத்தியார் பெண்ணை கோவிந்து வுக்கா என்று அச்சமாக இருந்தது. அந்தப் பெண், வாத்தியார் செத்துப் போனதும் பிழைப்பதற்காக இலை வடாம், அரப்புப் பொடி எல்லாம் வீடு வீடாக விற்று, தோசை இட்லிக்கு அரைக் கிறது தெரியும். கொஞ்சம் அழகான பெண். பெரிய மஞ்சள் பையைத் தோளில் கோத்துக்கொண்டு, பாவாடையும் தாவணி யும் அணிந்தவாறு, கம்பளி நூல் பின்னலுமாக அழுந்த வாரி, ரங்கன் கடைக்கு, 'பொட்டலம் விற்று விட்டதா' என்று கேட்க வரும்போது ரங்கு அதைக் கலாட்டா பண்ணுவான். அது கோபப் படாமல் சிரித்து மழுப்பிக்கொண்டே, காரியத்தைச் சாதித்துக் கொள்ளும். அவள் போனவுடன்தான் இந்த வீரர்கள் எல்லாம் 'இது மட்டும் ஒரு நாளைக்குக் கிடைச்சா...' என்று ஆதங்கப் படுவார்கள்.

'ரங்கு, வேண்டாண்டா' என்றேன்.

'என்னடா வேண்டாம்?'

'கே.வி.ஆர். பொண்ணை கோவிந்துக்குப் பார்க்க வேண் டாம்டா.'

'ஏண்டா வேணாம்? இன்னைத் தேதிக்கு கோவிந்து பேர்ல சமயபுரம் ரோடில் எத்தனை ஏக்கரா நெலம் இருக்கு தெரியுமா? இந்தப் பெண்ணுக்கு விடிவு காலம்டா!'

'அய்யோ, கோவிந்தனுக்குப் பைத்தியண்டா.'

'அதான் செரியாப் போச்சே. யார்றா இவன்! இத பாரு, பெரியவா பேச்செல்லாம் பேசாதே. உன் வயசுக்குத் தலையாரி ஆடு. குச்சிப்ளே ஆடு. இதெல்லாம் நாங்க பெரியவா பார்த்துக் கறோம்.'

ரங்கு திருவானைக்காவல் போய், வாத்தியாரின் விதவையுடன் பேசினதில், அந்தம்மா சந்தோஷமா ஒப்புக்கொண்டு விட்டா ளாம். 'கோவிந்தனுக்கு எல்லாம் சரியாய்ப் போயிடுத்து. ஒரு சாந்தி கல்யாணத்தைப் பண்ணிட்டா முழுக்கவே குணமாயிடும்.'

'எனக்குத் தெரியாதா ரங்கு! அது யாரோ கண்பட்ட வியாதின் னுட்டு. 'என்னடி, கோவிந்துவைக் கல்யாணம் பண்ணிக்

கிறியாடி?' என்று அவளைக் கேட்டதற்கு அது மாட்டேன் என்று சொல்லாமல், 'போம்மா' என்று சிணுங்கியதாம். வேறு எதுவும் ஆட்சேபம் தெரிவிக்கவில்லையாம்.'

எனக்கு இதைக் கேட்க மிகவும் பதற்றமாகவே இருந்தது. யாரிடமும் என் குறையை, வருத்தத்தைச் சொல்லலாம் என்றால், எனக்கு அதில் என்ன சம்பந்தம்? என்னதான் என் வருத்தம் என்றும் இனம் காண முடியவில்லை. ரங்கு நிச்சயதார்த்தம் ஏற்பாடு செய்துவிட்டான். கோவிந்துவின் அம்மாவும் மற்ற சில பெரிய மனிதர்களும் நீலப் புடவை, ஸ்வஸ்திக் மோதிரம், வெற்றிலை பாக்கு எல்லாம் வாங்கிக்கொண்டு போனார்கள். தை பிறந்ததும் முதல் முகூர்த்தம் பார்த்துவிட்டார்கள். கடைக்கு வரும்போது 'என்ன கோவிந்து, கல்யாணமா?' என்று எல்லோரும் விசாரித்தார்கள். அவன் மழுப்பலாகச் சிரித்தான். அவர்கள் எல்லோரும் சரியாகிவிட்டது என்றார்கள். எனக்கு என்னவோ நம்பிக்கை இல்லை. கல்யாணத் தேதி நெருங்க நெருங்க, எனக்கு வயிற்றைப் பிசைந்தது.

கல்யாணம் நடக்கவில்லை. கோவிந்துவே அந்தப் பிரச்னைக்கு தீர்வு கண்டுவிட்டான். திடீர் என்று அவனுக்குப் பழையபடி உடம்பு மோசமாகிவிட்டது. ஒரு நாள் ராத்திரி முழுவதும் பல்லை 'நறநற'வென்று கடித்துக்கொண்டிருந்தானாம். மறுநாள் சட்டையைக் கழற்றிப்போட்டுவிட்டு, வேகமாக ரங்கு கடைக்கு வந்து கடவுளுக்குக் கடிதம் எழுத ஆரம்பித்துவிட்டான். பழையபடி வெற்றுப் பார்வை, பழையபடி பேச்சே இல்லாமல் கன்றுக்குட்டி மேல் சுவாரஸ்யம். பழையபடி சிரிப்பு.

கோவிந்துவின் அம்மா வாத்தியார் வீட்டுக்குப் போய், 'இத பாரும்மா. அவனுக்குச் சரியாப் போயிடுத்துன்னு நினைச் சிண்டிருந்தேன். தப்பு. பழையபடி மோசமாயிடுத்து. அவனுக்கு இவாள்ளாம் கல்யாணம் பண்ணி வெச்சா நேராயிடும்னு சொல்றா. எனக்கு அப்படித் தோணலை. கல்யாணத்தையும் பண்ணி வெச்சு, அது நேராகாம, வீட்டில் இன்னொரு வளர்ந்த பிள்ளை இருக்கறப்ப ரசா பாசமா ஏதாவது ஆயிடும். நான் ஒருத்தி படற துன்பம் போதும். இப்ப இவளையும் சேர்த்துக்க வேண்டாம்னு பார்க்கறேன். கொடுத்த புடவை, மோதிரம் எல்லாம் குழந்தையே வெச்சுக்கட்டும். வேற நல்ல எடமாப் பார்த்து உங்க பெண்ணைக் கொடுங்கோ' என்று சொல்லி விட்டாள்.

சமீபத்தில் ஸ்ரீரங்கம் போயிருந்தபோது கோவிந்து பத்துப் பதினைந்து வருஷங்களில் நாற்பது வருஷம் கழிந்த மாதிரி டொக்கு விழுந்து போய், அதே திண்ணையில், அதே இடத்தில் உட்கார்ந்திருந்தான். அம்மா உயிருடன்தான் இருக்கிறாள். சக்கரத்தாழ்வாருக்கு இன்னும் நெய் ஊற்றிக்கொண்டுதான் இருக்கிறாள். இரண்டு விளக்கு!

ஏனெனில் கோவிந்துக்கு எதிர் மூலையில் அவன் தம்பி ஒரே திசையில் பார்த்துக்கொண்டு, மார்பில் பனியன் நூல் இல்லாமல் உட்கார்ந்திருக்கிறான். இப்போது கடவுளுக்குக் கடிதம் அவன் எழுதிக்கொண்டிருக்கிறானாம்.

2. ராவிரா

ரங்கு கடையில் இலக்கிய விசாரங்கள் நடக்கும் போது, 'ராவிரா' என்கிற ஆர். விஜயராகவன்தான் பிரதான பாகம் வகிப்பார். ராகவன், திருச்சி கல்லூரியில் கெமிஸ்டரி வாத்தியார். அவர் மூலம் எனக்குப் பூரம் என்பது மெர்க்குரி குளோரைடு என்பது தெரியும்.

ராகவன் தமிழும் படித்தவர்; குறிப்பாகப் பிரபந்தத் தில் ஈடுபாடு உண்டு. புதுமைப்பித்தனைச் சந்தித்துப் பேசியிருப்பதாகச் சொல்லியிருக்கிறார். ஏதோ ஒரு பத்திரிகையில், 'சூடிக் கொடுத்த சுடர்க்கொடி', 'கைக்கிளை' போன்ற வியாசங்கள் எழுதியிருக் கிறார். மில்ட்டன், காளிதாசன் என்றெல்லாம் நிறையவே பேசுவார்.

ரங்குவும், டாக்டர் வீட்டு வைத்தாவும் வரை உசுப்பிவிட்டு, 'தமிழ் இலக்கியத்தில் எங்க எல்லாம் முலை வரதுன்னு கொஞ்சம் சொல்லுமேன் அண்ணா' என்றால், உடனே உற்சாகமாகி சீவக சிந்தாமணி, கம்ப ராமாயணம் என்று விலாவாரி யாகக் கொட்டேஷன் கொடுத்துக்கொண்டே போவார்.

அவர்தான் எங்கள் உள்ளூர் இண்டெலக்சவல். ரங்கு கடைக்கு தினம் புகையிலை போட்டுக்கொள்ள வரு வார். கதர் ஜிப்பா போட்டுக்கொண்டு ஒல்லியோ,

ஒல்லியாக இருப்பார். கிள்ளியெடுக்கச் சதை கிடையாது. பேசும்போது தொண்டைக் குண்டு நடமாடும். கையெல்லாம் பச்சை நரம்பு தெரியும். தொட்டுத் தொட்டுப் பேசுவார். சின்னப் பையன்கள் என்றால் இஷ்டம். அவரைச் சுற்றிலும் எப்போதும் ஒரு கோஷ்டியே உலவும். அவர்கள் எல்லாம் பேசிக்கொண் டிருக்கிறபோது நான் ஒரு மூலையில் நின்றுகொண்டிருப்பேன். அவ்வப்போது என்னைப் பார்த்து 'ஆத்துக்குப் போடா, இதெல்லாம் கேட்டா கெட்டுப் போயிடுவே' என்று அதட்டு வார். போகமாட்டேன்.

அவரிடம் எனக்கு ஒரு வசீகரம் இருந்தது. அதே சமயம் அவர் மேல் காரணமில்லாமல் ஓர் இரக்கமும் ஏற்பட்டது. ஏதோ ஒரு வகையில், கண்களிலோ அல்லது சற்றே உயர்ந்த தோற்றத் திலோ, அவர் ஒரு வகைப்பட்ட மானிடனின் அத்தனை சோகங்களையும் தாங்கிக்கொண்டிருப்பவர் போல, ஏதோ ஒரு வைஷ்ணவ ஏசு கிறிஸ்து போலத் தோன்றினார். அவர் சுமந்த சிலுவை என்ன என்பது பல வருஷங்கள் கழித்துத்தான் புரிந்தது.

'ஊனிடை ஆழிசங்கு உத்தமர்க் கென்று
உன்னித்து எழுந்த என் தடமுலைகள்
மானிடவர்க்கென்று பேச்சுப்படில்
வாழகில்லேன் கண்டாய் மன்மதனே'

என்று உணர்ச்சிகரமாகப் பாடிவிட்டு 'என்ன அர்த்தம்' என்று என்னைப் பார்த்துக் கண்ணைச் சிமிட்டிவிட்டு, 'நீ இன்னும் போலியா?' என்பார்.

ராகவன் எங்களுக்கு எதிர்சாரியில், தாஸ் வீட்டுக்கு இரண்டு வீடு தள்ளியிருக்கிறார். வீட்டுக்குச் சாப்பிட மட்டும் போவார் என்று கேள்விப்பட்டேன். மற்ற நேரங்களில் முனிசிபல் லைப்ரரியில் போய் உட்கார்ந்துகொள்வார். அந்த லைப்ரரி பஸ் ஸ்டாண்டு அருகில், கூர்ச்சையாக மேசை போட்டு, சுதேசமித்திரனைக் கயிற்றில் கட்டித் தொங்கவிட்டிருக்கும். பீரோவைத் திறந்தால் ஒரு மாதிரி புராதன வாசனை வரும். யாரோ ஒரு குப்புசாமி முதலியார் சாகுந்தருவாயில் கொடுத்துவிட்டுப் போன பழுப்புப் புத்தகங்கள் ஏராளம். பாதி இங்கிலீஷ், பாதி தமிழ் ஒண்ணும் படிக்க விளங்காது.

ராகவனுக்கு மட்டும் இதெல்லாம் 'டிரெஷர்' என்று ஜன்னல் வெளிச்சத்தினருகில் உட்கார்ந்துகொண்டு ஆழ்ந்து படிப்பார். புத்தகத்தை எட்டிப் பார்த்தால் 'இவர் பதிற்றுப் பத்தின் கண் உள்ள ஆறாம் பத்தால் ஆடு கோட்பாடுச் சேரலாதனைப் புகழ்ந்து பாடி, அவனாற் கலணிக என்று ஒன்பது துலாம் பொன்னும் நூறாயிரம் காணமும் அளிக்கப்பட்டு' என்றெல்லாம் இருக்கும்.

லைப்ரரி மூடியதும், பக்கத்தில் டென்னிஸ் கிளப்பில் போய் முன்னறையில் 'ஆக்ஷன் பிரிட்ஜ், 501' என்று ஆடுவார். புகையிலை போட்டுக்கொண்டு துப்பாமல், 'ஆழு பிழி' (ஆறு பிடி) என்று கையால் ஆரனடிப்பது போல் காட்டிக் கொண்டிருக்கும்போது, நான் பாட்டி திட்டுவாள் என்று ஓடி வந்து விடுவேன்.

ராத்திரி பத்து பத்தரை மணிக்கு இரைச்சலாக நண்பர்களுடன் பேசிக்கொண்டே வீட்டுக்குத் திரும்பும்போது தெரிவார். கொஞ்ச நேரம் கழித்து, சாப்பிட்டு வந்து, வீட்டு வாசலில் கயிற்றுக் கட்டில் போட்டு, சகாக்களுடன் மறுபடி அரட்டை அடிப்பதைப் பார்க்கமுடியும். இரைச்சலாகச் சப்தம் கேட்கும். அவர் குறட்டையும் எங்கள் வீடு வரை கேட்கும்.

ராகவனின் மனைவி எப்போதும் உள்ளேதான் இருப்பாள். ஒரே தடவை ராகவன் என்னிடம் அவளுக்காக ஒரு செய்தி சொல்லி அனுப்பினார்.

'சாவியை அப்புகிட்ட கொடுத்துட்டு சினிமாக்குப் போகச் சொல்லு' என்று. நான் என்னுடைய மானசீக காரை ஓட்டிக் கொண்டு அவர்கள் வீட்டுக்குச் சென்று, மரக் கதவைத் திறந்து உள்ளே போனபோது, ராகவனின் மனைவி நடுக்கூடத்தில் நாற்காலியில் உட்கார்ந்திருந்தாள். தாஸ் அவளை புஜத்தில் பிடித்துச் சுளுக்குப் போல் தடவிக்கொண்டிருந்தான். 'என் செய்தியைக் கேட்டதும், சாவி கொடுத்துட்டுப் போகச் சொல்லித்தா அது? சினிமாப் போலைன்னு சொல்லு. என்ன செய்யறது அது? அரட்டையா? திவ்யப் பிரபந்தமா? இலக்கியச் சர்ச்சையா? அதைத் தவிர அதுக்கு வேற என்ன தெரியுமாம்?' என்று இழுத்து இழுத்து என்னைப் போய் கேட்டாள்.

தாஸ் நான் வந்ததைக் கவனிக்காமல் கையை உருவி விடுவதி லேயே கவனமாக இருந்தான். அந்தக் கை சிவப்பாக இருந்தது.

எனக்கு வயற்றில் என்னவோ செய்தது. என்ன என்று தெரிய வில்லை.

'நான் வெச்சன்னா பட்டுன்னு போயிடும்' என்றான் தாஸ். நான் திரும்பிச் சென்றபோது ராவிராயிடம் 'மாமா சினிமாவுக்குப் போகலையாம்' என்றேன்.

'கோபால் தாஸ் இருந்தானா?' என்று கேட்டார்.

ரங்கு, 'ஓய் அவனோட என்ன குலாவல் வேண்டிக்கிடக்கு? ஏண்டா நாயேன்னு ஜோட்டால அடிக்கவேண்டாம்?' என்று கேட்டான். அதற்கு ராவிரா, 'அதெல்லாம் ஒண்ணும் கிடை யாதுடா ரங்கு. எனக்குச் சொல்லத் தெரியாதா?'

திடீர் என்று ஒரு நாள் ரொம்ப சந்தோஷமாக இருந்தார். டிபிஜி கடையில் சூடப் பெப்பர்மிண்ட் வாங்கித் தந்தார். பௌர்ணமி அன்று நாங்கள் எல்லோரும் கொள்ளிடம் போயிருந்தோம். ராகவன் அவர் வீட்டைக் கடக்கும்போது, அது தன்னுடைய வீடு இல்லை போலக் கடந்தார்.

கொள்ளிட ஜலக் கண்ணாடியில் நிலா தத்தளிக்க அவரைச் சுற்றிலும் நாங்கள் யாவரும் உட்கார்ந்துகொண்டோம். கொள்ளி வாய்ப் பிசாசு என்பது ஃபாஸ் பின் வாயு என்று சொன்னார். ஷேக்ஸ்பியரின் ஒத்தெல்லோவிலிருந்து சில பகுதிகளைப் பேசி, நடித்துக் காட்டினார். என்னைத் தனியாகக் கூப்பிட்டு, 'டேய் நீ அன்னிக்கு எங்காத்துக்குப் போயிருந்தபோது கோபால் தாஸ் என்ன பண்ணிண்டிருந்தான்?' என்று கேட்டார்.

'பேசிண்டிருந்தான் மாமா!'

'பேசிண்டுதானே இருந்தான்? சரி.' அப்போதுதான் அவர் பூரம் என்பது மெர்க்குரி குளோரைடு, பெர்க் குளோரைடு என்றெல் லாம் பேசினார். 'ஒரு கிராம் போதும். ஆள் காலி' என்றார்.

வையாபுரிப் பிள்ளையைப் பற்றியும், ரிக் வேதத்தில் கிரிஃபித் அண்ட் வில்ஸன் மொழிபெயர்ப்பில் குறைகள் இருக்கிறது என்றார். புரியாவிட்டாலும் கேட்டுக்கொண்டே இருந்தேன். நிலாவின் மெலிதான வெளிச்சத்தில், அவர் ஏதோ கிறிஸ்துமஸ் தாத்தாவைப் போல, பழைய ரிஷி போலத் தோன்றினார். அவரிடம் என்ன என்னவோ சொல்லவேண்டும் போல இருந்தது.

ராவிராவுக்கு ரேடியோவில் பேச அழைப்பு வந்தது. எங்களுக் கெல்லாம் சந்தோஷமாக இருந்தது. அவரும் உற்சாகமாகவே முள்ளு மூஞ்சியைச் சவரம் பண்ணிக்கொண்டு, கொள்ளிடம் சலவை சாலையில் ஜிப்பாவை இஸ்திரி போட்டு, 'நாச்சியார் திருமொழியில் இலக்கிய நயம்' என்கிற அவர் கட்டுரையை எங்களுக்கு மூன்று தடவை வாசித்துக் காட்டி விட்டாலும், அவர் குரலை பெட்டி மூலம் கேட்பதில் நாங்கள் எல்லாரும் ஆவலாகவே இருந்தோம். கிருஷ்ணா கபேயில் ஏற்பாடு செய்து வைத்திருந்தோம். சாயங்காலமே அவருக்கு ரேடியோ நிலையத்திலிருந்து 'ப்ளெஷர்' கார் வந்தது. ஊரே அவர் காரில் ஏறிப் போவதைப் பார்த்துக்கொண்டிருக்கையில் அவர் மனைவி வாசலுக்கு வரவில்லை.

திருச்சிராப்பள்ளியில் ரிக்கார்டிங்குக்காகப் போனவர் ஏழரைக்கே வந்து விட்டார். ஒன்பதரைக்குத்தான் பேச்சு ஒலிபரப்பு. அந்த நாள்களில் டேப் எல்லாம் கிடையாது. சீக்கிரம் வந்துவிட்டாரே என்று நான் யோசித்துக்கொண்டிருக்கையில் ரங்கன் கடைப் பலகையைத் தட்டி உட்கார்ந்துகொண்டு, 'பேசலை ரங்கு' என்றார்.

'ஏண்ணா?'

'இன்னைக்குன்னு பார்த்து நேரு பேசறாராம். எல்லா ஸ்டே ஷன்லயும் ரிலே பண்ணச் சொல்லிட்டாளாம். அடுத்த மாசம் பதினாலாம் தேதி வாங்கோன்னான். நான் போகப் போற தில்லை.'

கொஞ்சம் சோர்வுடன் நேருவை கோபித்துக்கொண்டு வீட்டுக்குப் போனார்.

எட்டரை மணிக்கு, கடை மூடும் நேரத்துக்குத் திரும்ப வந்தார்.

'என்னண்ணா புகையிலை தீர்ந்து போச்சா?'

'இல்லை ரங்கு. இன்னிக்கு ராத்திரி இங்க வந்து படுத்துக்க லாமான்னு பாக்கறேன்.'

'ஏண்ணா? ஒரே கொசு இங்க.'

'எனக்கு ஆத்துக்குப் போகப் பிடிக்கலை ரங்கு.' பக்கத்தில் கோவிந்து வழக்கம் போல ஒரே திசையில் பார்த்துக்கொண்டு

உட்கார்ந்திருந்தவனை நோக்கி, 'இவன்தாண்டா தேவலை. நம்மாழ்வார் மாதிரி ஒரு விதமான பிரக்ஞையும் இல்லாம, கவலையும் இல்லாம.. ரங்கு கொஞ்சம் சல்பேட்டா அல்லது ஜிஞ்சர் வேண்டுமே! ஏற்பாடு பண்ணித் தருவியா?'

'அதுக்கென்ன! என்ன ஆச்சு சொல்லுங்கோ.'

'நேரா ஆத்துக்குப் போனேனா, கதவைத் திறந்துண்டு, உள்ளே போறேனா! தாஸ் இருக்கான் பாரு..' பேச்சை நிறுத்திவிட்டு என்னைப் பார்த்து 'டேய் போடா ஆத்துக்கு' என்று விரட்டி விட்டார். நான் தயங்க, 'போடான்னா' என்று கண்களைப் பெரிசாக விழித்து முதன்முறையாக என்னை அடித்தார்.

ராத்திரி கோட்டைப் பந்தலில் படுத்துக்கொண்டிருந்தபோது எனக்குத் தூக்கம் வரவில்லை. மெல்ல ரங்கு கடைப் பக்கம் போனேன். மூடின கடையின் நம்பர் பலகைகளுக்கு அருகில் இருந்த குறுகலான பகுதியில் பொட்டலம் சோடா பாட்டில் சகிதமாக, தலையில் துண்டு கட்டிக்கொண்டு தனியாகச் சாப் பிட்டுக்கொண்டிருந்தார். என்னைப் பார்த்தபோது சலனமில்லா மல் இருந்தார்.

'மாமா உடம்பு சரியில்லையா?'

'இல்லைம்மா.'

'அம்ருதாஞ்சனம் எதாவது கொண்டு வரட்டுமா?'

அவர் என்னைத் தோளில் தொட்டு, நேராகச் சற்றே கலங்கிய கண்களால் பார்த்து, சற்றே போதையில், 'கல்யாணம் பண்ணிக் காத' என்றார்.

தாஸ் எப்போதாவதுதான் ரங்கு கடைக்கு வருவான். மறுநாள் அவன் வந்தபோது நாங்கள் எல்லோரும் மவுனமாகிவிட்டோம். அவனிடமிருந்து குல்கந்து வாசனை வீசியது. தபலா வித்வான் மாதிரி குறுக்க வாட்டாக மார்பில் திறந்து, டபேட்டா சில்க்கில் சட்டை போட்டிருந்தான்.

'விஜி வந்தாரா இங்க?'

'இல்லையே தாஸு.'

'வியாபாரமெல்லாம் எப்படி ரங்கு?'

'எல்லாம் தாஸ் தயவு வேணும்!'

'தயவுதானே' என்று தாஸ் ஒரு மாதிரி சப்தமில்லாமல் சிரித்து, ரங்குவின் அந்தரங்க பாகத்தைச் சற்றும் எதிர்பாராமல் வவ்வென்று பிடித்துத் திருகிவிட்டான். ரங்கு இம்சை தாங்காமல் அலற, தாஸுக்கு அதுதான் ஹாஸ்யம் என்று தெரிந்தது. கண்ணில் நீர்வரச் சிரித்தான்.

தாஸ் பணக்காரன். சித்திரை வீதியிலேயே மிகப் பெரிய வீட்டுக்குச் சொந்தக்காரன். ஜைன மதத்தைச் சேர்ந்தவனானாலும், பெருமாள் பங்குனி சித்திரைத் திருநாள்களில் வீதி வலம் வரும்போது தாஸ் வீட்டில் கண்டிப்பாக நிற்பான். சீமன்தாங்கிகள் சந்தனக் காப்புக் கொடுக்கக் கண்ணில் ஒற்றிக்கொள்வான். சாமியார்களை வீட்டுக்கு அழைத்து வந்து பூஜையெல்லாம் பண்ணுவான். அந்த மாதிரி சாமியைத் தரிசிக்கத்தான் ஒரு முறை அவர்கள் வீட்டுக்கு வத்ஸலாவுடன் போய் எனக்கு ஒரு மாதிரி ஆகிவிட்டது. சாமியார் உடம்பில் ஒன்றும் அணியாமல், விபூதியாலும் மாலையாலும் எல்லாமே மறைந்திருந்தாலும், வத்ஸலா அதையே வெறித்துப் பார்த்துக்கொண்டிருந்தது ரொம்பக் கேவலமாக இருந்தது. வீட்டுக்குத் திரும்பி வந்ததும் அவளைக் கன்னத்தில் பளார் என்று அறைந்தேன். 'எதுக்குடா?' என்றாள் கண்ணீருடன்.

இப்போது தாஸ் ராவிராவைப் பற்றி விசாரிக்க வந்திருந்தான். 'எங்க அய்யங்கார் ரெண்டு நாளாக் காணோம், சிஸ்டர் சொல்லிச்சு. உனக்கு ஏதாவது தகவல் தெரியுமா ரங்கு.'

'எனக்குத் தெரியாது தாஸ்.'

'வந்தா தகவல் சொல்லி அனுப்பு வீட்டுக்கு.' புன்னகைத்துக் கொண்டே சென்றான் தாஸ். அழகானவன்.

அவன் போனதும் ரங்கு வாயில் வந்தபடி அவனைத் திட்டி, 'தாளி. குப்பைக்காரி பிச்சைக்காரியைக்கூட விட்டு வைக்க மாட்டான். சமயத்துக்கு குண்டு ரமணியைக் கூடப் படுக்கப் போட்டிருக்கான்!'

'ரங்கு, மாமா எங்க போயிருக்கார்?' என்று ராவிராவைப் பற்றி விசாரித்தேன்.

'திருவெள்ளறை போயிட்டு வரேன்னு' சொல்லியிருக்கார். நிம்மதி இல்லைன்னு சொன்னார். ராத்திரி பூராச் சண்டை.

★

வெள்ளிக்கிழமை மஹாளய அமாவாசைக்குப் பள்ளி லீவு விட்டிருந்ததால் காலை ரங்கு கடைக்குப் போனபோது வேளை கெட்ட வேளையில் மூடிக்கொண்டிருந்தான்.

'என்ன ரங்கு?'

'எம் பின்னாடி வாயேன்' என்றான்.

ராவிராவின் வீட்டுக்குப் போனபோது வாசலில் பச்சை மூங்கில் வைத்து, சட்டி புகைந்துகொண்டிருந்தது. காதில் பூணூலை மாட்டிக்கொண்டு நாலு பேர் சிம்பு சீவிக்கொண்டிருந்தார்கள்! உள்ளே போனால், ரா. விஜயராகவன் நெடுஞ்சாண் கிடையாகக் கூடத்தில் படுத்திருந்தார். கழுத்து வரையில் போர்த்தியிருந்தது. நடுக் கூடத்தில் நாற்காலியில், தலை மேல் கை வைத்துக் கொண்டு வெறித்துப் பார்த்துக்கொண்டு ராவிராவின் மனைவி உட்கார்ந்திருந்திருக்க, தாஸ் மற்ற ஏற்பாடுகளைச் சுறுசுறுப் பாகக் கவனித்துக்கொண்டிருந்தான். 'போலீஸ் தொந்தரவு வரக் கூடாது' என்றெல்லாம் பேசிக்கொண்டிருந்தார்கள்.

நான் தாஸையே முறைத்துப் பார்த்துக்கொண்டிருந்தேன். அதை ஒரு முறை அவன் கவனித்து, முகத்தை வேறு பக்கம் திருப்பிக் கொண்டான். நான் ராவிராவைப் பார்த்தேன்.

மூக்கிலும் வாயோரத்திலும் லேசாகப் பழுப்பாக நுரை போலத் தெரிந்தது. முகம் கருப்பாக இருந்தது.

ராவிரா பூரத்தைச் சாப்பிட்டுவிட்டாராம்.

நெற்றியில் புதிதாக நாமம் போட்டிருந்தது.

3. குண்டு ரமணி

கோபால் தாஸ் வீட்டுப் பெரிய திண்ணையில் வெற்றிலை வியாபாரிகள், மோர்க்காரிகள் என்று பல பேர் இளைப்பார உட்காருவார்கள். வேலைக்காரன் இருந்தால் விரட்டுவான், விரட்டினாலும் குண்டு ரமணி உட்கார்ந்திருந்தால் நகர மாட்டாள்.

குண்டு ரமணிக்கு எத்தனை வயசு இருக்கும் என்று சரியாகச் சொல்ல முடியவில்லை. முப்பதிலிருந்து ஐம்பது வரை எது வேண்டுமானாலும் சொல்லலாம். அந்த வயசுக்கு இரண்டு ரமணி! பெரிய சட்டி போல முகம். நல்ல உயரம். குழந்தைகள் சோறு தின்னப் பிடிவாதம் பிடித்தால், 'குண்டு ரமணியைக் கூப்பிடுவேன்' என்று சொன்னால் போதும், லபக்கென்று விழுங்கிவிடுவார்கள்.

ரமணி மொட்டைத் தலை ஒரு மாதிரி. முள்ளாகத் தலை மயிருடன் இருப்பாள். குளிக்கவே மாட்டாள்.

தேர் முட்டியில் வரும்போது இங்க கவிச்சு நாற்றம் அடிக்கும். ஏராளமாக, பூதனை போல முலைகள், அவள் நடந்து வரும்போது தேங்காய்க் குலை போலக் குலுங்கும். ரவிக்கை கிடையாது. சிரிக்கும் போது ஒரு பல் கிடையாது. நடந்து வருவது ஒரு மாதிரி உருள்வது போலத்தான் இருக்கும். எந்த வீட்டைத் தேர்ந்தெடுக்கிறாள் என்று சொல்ல முடியாது.

ரமணி வருகிறாள் என்ற செய்தி கேட்டதுமே பட்பட்டென்று வாயிற் கதவை அங்கங்கே சாத்திவிடுவார்கள். அசந்து மறந்து எதாவது கதவு திறந்திருந்தால் போச்சு. திண்ணையில் வந்து உட்கார்ந்துகொண்டு விடுவாள். 'போ போ' என்றால் போக மாட்டாள். கிட்டே போய் விரட்டவும் முடியாது. நாற்றம். எப்போதும் லேசான சிரிப்பு. ஒண்ணரைக் கண்.

'அம்பி, உள்ள போய் ஒரு தம்ளர் மோர் வாய்ண்டு வாயேன்!'

'போ. போ. ஆத்தில யாரும் இல்லை.'

'ஏண்டா பொய் சொல்றே? இப்பதான் உங்க பாட்டி உள்ள ஓடறதைப் பார்த்தேன். பெரிய்ய டபராவாயிருந்தாலும் சரி. மோர் வாய்ண்டு வந்துரு.'

'தபாரு ரமணி, மோரும் இல்லை. தயிரும் இல்லை. இப்பப் போப்போறியா இல்லையா?'

'மோர் இல்லாட்டா ஒரு எட்ணா காசாவது தாங்கோ மாமி.'

'ஒண்ணும் கிடையாது போடின்னா.'

'ரெண்டாழாக்கு அரிசியாவது வடிச்சுப் போடுங்கோ. கொஞ்சம் கசப்பு நார்த்தங்காயும் புளிச்ச மோரும் இருந்தாப் போறும்.'

'இப்ப நீ போப்போறியா இல்லையா?' என்ற பாட்டி அதட்டலுக்கெல்லாம் மசியமாட்டாள். திண்ணையில் அனந்த சயனமாகப் படுத்துக்கொண்டு, 'ஏண்டாம்பி எத்தனையாவது வாச்சிக்கறே?' என்பாள். ஒரு முறை நான் குச்சியை எடுத்துக் கொண்டு அவளை அடிக்க வந்தேன். அந்தக் குச்சியைப் பிடித்து, மளுக் என்று முறித்து, 'அதெல்லாம் படாதுப்பா அம்பி. மாமி உங்காத்தில் எல வடாம் போட்டிருந்தேளே.. காஞ்சு போச்சா? நாக்கு ரொம்ப ஊர்றதே! பச்சை முளகாயோட காஞ்சதும் காயாததுமா வடாம் சாப்ட்டா என்னமா இருக்கும்!'

சாப்பிடாமலும் போகமாட்டாள். அதுவும் என்ன சாப்பாடு! அவள் ஒரு கவளம் நமக்கு ஒரு வேளை. சாப்பிட்டவுடன் இஷ்டமிருந்தால் கிளம்புவாள். இல்லை திண்ணையிலேயே யானை போலப் படுத்துக்கொண்டு ஒரு பாட்டம் தூங்கிவிட்டு, 'அம்பி, காப்பி போட்டாச்சா கேளு.'

அவளைக் கண்டால் எல்லோருக்கும் ஒரு வெறுப்பு, இருந்தாலும் பயமும் உண்டு. சித்திரை உத்திரை வீதிகளில் எந்த வீட்டை வேண்டுமானாலும் தேர்ந்தெடுத்து அங்கே கல்லுளி மங்கத்தனம் பண்ணி, எப்போது வேண்டுமானாலும், எது வேண்டுமானாலும் தின்னும் சுகவாசி. சட்ட புத்தகங்களே தனி! போலீஸ்காரர்களே பயப்படும் பெண் பிள்ளைக்குச் சட்டம் ஏது?

மாங்கொட்டை நாணு அய்யங்கார் ஒரு முறை இவள் கொட்டத்தை அடக்குவது என்றே தீர்மானித்துவிட்டார். ரங்கு கடையில் பெரிதாக ஒரு தடவை சொல்லி விட்டுப் போனார்: 'பாரு ரங்கு, குண்டு ரமணி, குண்டு ரமணின்னு எல்லாருமே பயப்பட்டா ஆகாது. அந்த ராட்சசி கொட்டத்தை அடக்கியே தீரணும். ஒரு வாரத்துக்குள்ள அவளை சீரங்கத்தை விட்டு திருவானைக்காவலுக்கோ, மண்ணச்ச நல்லூருக்கோ விரட்டலை, எம் பேர் நாணு இல்லை' என்றார். ரங்கு 'ஓய் எவ்வளவோ பேர் முயற்சி பண்ணித் தோத்த கேஸு. ஆனானப்பட்ட புல்சூட் அய்யங்கார், வெண்டைக்கா ராமு.. யாராலயும் முடியலை.'

'நீ பாத்துண்டே இரேன். அவ மட்டும் எங்காத்துக்கு வந்து டேரா போடட்டும்..'

மறுநாளே சொல்லி வைத்தாற்போல குண்டு ரமணி, நாணு வீட்டுக்கே வந்துவிட்டாள். திண்ணையில் சப்பணம் கட்டிக் கொண்டு உட்கார்ந்து 'அடை, தோசை ஏதாவது இருந்தா கொடுங்களேன். நாக்கு நம நமங்கறதே' என்றாள். 'மாமா' என்று குழந்தை போல நாணுவைக் குழைந்தாள்.

நாணு காத்திருந்தவர் போல, மூலையில் சாத்தியிருந்த கிரிக்கெட் மட்டையை எடுத்துக்கொண்டு, 'இப்ப நீ போறியா, இல்லையா?' என்று மடேர் என்று அவள் மண்டையில் ஒரு சார்த்து சாத்தினார்.

குண்டு ரமணியைவிடக் கொஞ்சம் மாற்றுக் குறைந்த மனிதர்களுக்கு அந்த அடியில் கபாலம் உடைந்திருக்கும். ரமணி சற்று நேரம் ஸ்தம்பித்துப் போய் அடிபட்ட இடத்தில் கை வைத்துக் கொண்டிருந்தாள். நாணு அடுத்த முறை அவளை அடிக்க ஓங்கியபோது, மட்டையை வாங்கி வீசி எறிந்துவிட்டு நாணுவை நெருங்கினாள். உள்ளேயிருந்த அவர் மனைவி குஞ்சம்மாள், 'அய்யோ அவளோட எண்ணண்ணா வம்பு?

பேசாம சோத்தைப் போட்டுறலாம்' என்றாள். 'நீ சும்மாருடி' என்று அவர் அடுத்த ஆயுதம் தேடி, வேறு ஒன்றும் கிடைக்காமல் மத்து ஒன்றை எடுத்துக்கொண்டு அவளை அணுகினார். பற்றாத ஆயுதம்!

ரமணி பார்த்து, சட்டி மூஞ்சி நிறையச் சிரித்து, 'வாரும் கிருஷ்ணா! மத்தெடுத்துண்டு வரேள்! வாரும்' என்றவள், நாணு சற்றும் எதிர்பாராதவிதத்தில் மத்தைப் பிடுங்கி உடைத்துப் போட்டு, அவரை அலாக்காகத் தூக்கி இடுப்பில் வைத்துக் கொண்டாள். அப்புறம் எங்கிருந்தோ வந்த வெறியில் அப்படியே அவரைப் பந்தாடுவது போலக் கீழே எறிந்துவிட்டுப் புடைவை மண்ணைத் தட்டிக்கொண்டு புறப்பட்டுச் சென்றாள்.

'உம்மை ஆயிரக்கால் மண்டபத்தில் பாத்துக்கறேன்' என்று சொல்லிச் சென்றாள்.

நாணு வெலவெலத்துப் போய், இதற்கப்புறம் இரண்டு நாள் ஜுரமாகப் படுத்திருந்தார். குஞ்சம்மாள் அவருக்கு ராத்திரி யெல்லாம் 'தூக்கித் தூக்கி'ப் போடுவதாக அருணாசல டாக்டரைக் கூப்பிட்டுச் சொன்னாள்.

என் பாட்டி குண்டு ரமணியின் பூர்வ கதையை ஒரு முறை சொல்லியிருக்கிறாள். அது எவ்வளவு தூரம் நிஜம் என்று சொல்ல முடியவில்லை. ரமணி சின்ன வயசில் கொடி போல இருந் தாளாம். உரிய வயதில் கல்யாணமாகி, சாந்திக் கல்யாணம் எல்லாம்கூட நடந்ததாம். நாளடைவில் ஒரு பிள்ளை பிறந்ததாம். கிருஷ்ண விக்கிரகம் மாதிரி இருந்ததாம்.

அவளுக்கு உத்தர வீதியில் கணவன் வீடு இருந்ததாம். ஒருமுறை அவள் கணவன் மார்கழி மாசம் உற்சவத்தில் கன்னா பின்னா என்று சாப்பிட்டுவிட்டு காலரா வந்து செத்துப் போய் விட்டானாம். கணவனுடன் பிறந்தவர்கள் ரமணியை ஏமாற்றி விட்டுச் சொத்தையெல்லாம் பிடுங்கிக்கொண்டு திண்ணையில் விட்டுவிட்டார்களாம். அப்படியும் அவள் குழந்தையின் சுவாரஸ்யத்தில், நம்பிக்கை இழக்காமல், கணவனின் உடன் பிறந்தவர்கள் சொன்ன புரோ நோட்டுகளில் கையெழுத்துப் போட்டுக்கொண்டிருந்தாளாம். ஒரு முறை குழந்தையை அவள், 'ஆனை ஆனை அழகர் ஆனை' என்று பந்தாகத் தூக்கிப் போட்டு விளையாடிக்கொண்டிருந்த போது, கை தவறிக் குழந்தை

விழுந்து, மண்டை மேல் அடிபட்டு, க்ஷண காலத்தில் பிராணனை விட்டுவிட்டதாம்.

அந்தச் சம்பவத்திலிருந்து ரமணி சித்தப் பிரமை பிடித்தாற்போல வீதி வீதியாக அலைந்து திரிய ஆரம்பித்தாளாம். பரிதாபத்தால், யார் வீட்டில் என்ன கொடுத்தாலும் தின்ன வேண்டியது. யாரைக் கண்டாலும் 'கிருஷ்ணா, கிருஷ்ணா' என்று கூப்பிட்டு ஆனை ஆனை விளையாடி கிருஷ்ணனுக்குப் பசிக்கும் என்று ஜடபரதர் மாதிரி தின்ன ஆரம்பித்தாள். இஷ்டப்பட்ட வீட்டில், இஷ்டப் பட்ட திண்ணையில் தூங்க ஆரம்பித்தாள். பற்றில்லாமல் திரிந்ததில், தின்னதில் உடம்பு மலை மாதிரி விரிந்து போய் ஊளைச் சதை போட்டு பொதபொதவென்று ஆகி விட்டாள். தனிக் கட்டை!

நான் இந்தக் கதையை நம்பவில்லை. பாட்டி மிகைப்படுத்து கிறாள் என்றுதான் நினைத்தேன். பாட்டி ஒரு முறை என்னை அந்தக் கதையை அவளை வைத்தே 'சொல்கிறேன்' என்றாள். ஒரு முறை குண்டு ரமணி எங்கள் வீட்டுக்கு மாமூலாக வந்திருந்தபோது அவளுக்குக் கலயத்தில் காப்பியும் பழையதும் கொடுத்து, 'ரமணி உன்னை ஒண்ணு கேக்கணுமே.'

'கேளுங்கோ மாமி' என்று பாதி அழுகியிருந்த கொய்யாப் பழத்தைக் கடித்துக்கொண்டே சொன்னாள்.

'உங்குழந்தை என்னடி ஆச்சு?'

அவள் கடிப்பதை நிறுத்தாமல், 'செத்துப் போச்சு மாமி' என்றாள். நிமிர்ந்து பார்த்துச் சிரித்தாள்.

'எப்படிச் செத்துப் போச்சு?'

'கீழே போட்டுட்டேன் மாமி.'

அடுத்து ரமணி, நான் சற்றும் எதிர்பாராத வகையில் கையில் ஒரு கற்பனைக் குழந்தையைப் பார்த்துக்கொண்டே,

'வட்டுநடுவே வளர்கின்ற மாணிக்க
மொட்டு நுனியில் முளைக்கின்ற முத்தைப் போல்
சொட்டுச் சொட்டென்னத் துளிக்கத் துளிக்க என்

குட்டன் வந்தென்னைப் புறம்புல்குவான்
கோவிந்தன் என்னைப் புறம்புல்குவான்'

என்று மிக இனிய குரலில் கற்பனைக் குழந்தையை முதுகில் சாய்த்து ஆடிக்கொண்டே பாடினாள் அந்த ராட்சசி.

என்னைப் பார்த்துக் கண்களில் கண்ணாடி போல ஜலம் திரையிடச் சிரித்தாள்.

4. வி.ஜி.ஆர்.

தாஸ் வீட்டுக்குத் தென்னண்டைப் புறத்தில் கூரை வேய்ந்து இருந்த வீட்டில் வி.ஜி.ஆர். தனியாக இருந்தார். வி.ஜி.ஆர். என் அப்பா ஹைஸ்கூலில் படித்துக்கொண்டிருந்த காலத்தில் ரிடையர்ட் ஆன கணக்கு வாத்தியார். சுமார் 104 வயது இருக்கும் என்று எனக்குத் தோன்றியது. முள்ளு முள்ளாக வெள்ளைத் தாடி, மஞ்சள் காப்பு, திருமண் ஸ்ரீ சூர்ணமுமாகப் பளிச்சென்று நாமம். பஞ்சகச்சம், அழுக்குப் பூணூல். அந்த வயசுக்கு ஆரோக்கிய மாகவே இருந்தார். அந்த வீடு அவருக்குச் சொந்த வீடு. சின்ன வயசிலேயே மனைவியை இழந்தவர். உறவில் சுவீகாரம் எடுத்திருந்தார் என்று கேள்விப் பட்டேன். அந்த ஆள் மெட்ராசில் ஏதோ ஒரு பாகத்தில் இருப்பதாகவும், இவரைக் கூப்பிடக் கூப்பிட அங்கே போவதில்லை என்றும் சொன் னார்கள். காரணம் வி.ஜி.ஆருக்கு ஸ்ரீரங்கத்தில் செத்துப்போகவேண்டும் என்று விருப்பம். ரொம்பப் பேர் அந்த வகையில் ஸ்ரீரங்கத்துக்கும் வைகுண்டத்துக்கும் குறுக்கு வழி இருப்பதாக நினைத்துக் கொண்டிருந்தார்கள்.

வி.ஜி.ஆரைச் சாவு லேசில் அணுகுவதாக இல்லை. வீட்டு வாசலில் கயிற்றுக் கட்டில் போட்டுக் கொண்டு, மார்கழி மாசம் தவிர, மற்ற நாள்களில் வாசலில்தான் தூங்குவார். அதிகாலை எழுந்து

வீதிப் பிரதட்சிணம், சகஸ்ரநாமம் சொல்லிக்கொண்டே செல்லுவார். கொள்ளிடத்தில் போய்க் குளிப்பார். சாயங்கால மும் வீதிப் பிரதட்சிணம், தானாகவே சமையல் செய்து கொண் டிருந்தவர், சமீபத்தில் முடியாமல் போய் ஆசாரங்களைக் கொஞ்சம் தளர்த்திவிட்டு, கிருஷ்ணா கபே ராவ், டிபன் காரியரில் கொண்டு வரும் சாப்பாட்டை ஒத்துக்கொண்டார். சாப்பிட்டு விட்டுக் கழுகு மாதிரி உட்கார்ந்திருப்பார். கண் பார்வை சற்று மந்தம், காது ரொம்ப டப்பாஸு. ஏதாவது நிழலாடிற்று என்றால் 'யார்றாது?' என்பார்.

'வேம்பு மாமா.'

'யாரு?'

'வேம்பு மாமா' இது உரக்க.

'எச்சுமி புள்ளையா?'

'ஆமாம் மாமா.'

'உங்கப்பா சவுக்கியமா இருக்கானா?'

'அப்பா போன கார்த்திகை மாசம் பரமபதிச்சுட்டார் மாமா.'

'ஏதோ சௌக்கியமா இருந்தா சரி. உங்கப்பா இருக்கானே கணக்கில் ரொம்ப மக்கு. போய்ச் சொல்லு அவன்கிட்ட வி.ஜி.ஆர். சொன்னார்னு. ஆஸ்தியரம் ஒண்டிதான் தெரியும். அல்ஜிப்ரான்னா பேதி போறது. ரெயில்வேல, பொன்மலைல தானே எட் கிளார்க்கா இருக்கான்?'

'அப்பா போய்ட்டார் மாமா போன கார்த்திக்கு, வருஷாப்திகம் கூட வரப் போறது.'

'ஏதோ நல்லபடியா இருந்தா சரி, விசாரிச்சேன்னு சொல்லு!'

'செவிட்டு எழவே, நீயே போய் விசாரிச்சுக்கோயேன்' என்று வேம்பு முணுமுணுத்துக்கொண்டே விலகுவான்.

பாட்டி, அடிக்கடி வி.ஜி.ஆருக்கு கண்ணமுது அல்லது பண்டிகைக்கு மெத்து மெத்து பலகாரம் எல்லாம் என்மூலம் டிபன் பாக்ஸில் கொடுத்து அனுப்புவாள்.

‘சீனிவாச ராகவன் ஸன்தானே நீ?’

‘ஆமாம் மாமா.’

‘மாத்தமாட்டிக்ஸுல எவ்வளவு வாங்கியிருக்கே?’

‘அது வந்து சுமாரா வாங்குவேன் மாமா.’

‘வெரிகுட். அப்படித்தான் இருக்கணும். உங்கப்பா நூத்துக்கு நூத்தம்பது வாங்குவான். பேப்பரை கிளியர் பண்ணிடுவான். என்கிட்டயே தப்பு கண்டுபிடிச்சான் ஒரு விசை.’

அப்பாவை ஒரு முறை கேட்டதில், ‘அப்படியெல்லாம் இல்லை. அவர் எனக்குக் கிளாஸ் எடுத்ததே கொஞ்சம்தான்’ என்றார்.

‘அவருக்கு எவ்வளவ்ப்பா வயசு இருக்கும்?’

‘ஹி மஸ்ட் பி எபவுட் நைன்ட்டி’ என்றார்.

வி.ஜி.ஆர். என் கண் முன்னாலேயே கொஞ்சம் கொஞ்சமாக அழிவதைப் பார்த்தேன். மெல்ல மெல்ல இதில் உள்ள இரக்கமற்ற தன்மை மிகவும் சாமர்த்தியமாக மறைக்கப்பட்டு இருந்தது. ஒரு நாளில் அவர் துன்பப்பட்டுப் படக்கென்று போய் விட்டார் என்றில்லை. சிறுகச் சிறுகச் செயலிழந்தார். முதலில் வீதிப் பிரதட்சிணம் நின்று போனது. பின்னர் கொள்ளிடக் கரைக்குப் போவது நின்று போனது. அதன் பின் மெல்லத் திண்ணையிலேயே உட்கார்ந்திருக்க, வாசலில் நிழலாடினால், ‘யார்ராது, இதைக் கொஞ்சம் நகத்தி வெச்சுட்டுப் போயேன்.’

குளிப்பதற்கும், பென்ஷன் பில்லில் கையெழுத்துப் போடுவதற்கும் சகாயம் தேவையாக இருந்தது. அப்புறம் இடுப்பு வேட்டியைக் கட்டி விடுவதற்கே ஆள் தேவையாக இருந்தது. நடப்பதை நிறுத்திவிட்டு உட்கார்ந்தார். அதன்பின் ஊர்ந்தார். திண்ணையிலேயே பக்கத்திலேயே பாத்திரத்தை வைத்துக் கொண்டார். தனக்குள்ளேயே பேசிக்கொள்ளத் தொடங்கினார். ஓரிரு முறை சுவீகாரன் வந்து பார்த்து, அவரை மாட்டு வண்டி வைத்துப் பலவந்தமாகத் தூக்கிக்கொண்டு போக எத்தனித்தும், ‘தொடாதே என்னை!’ என்று அழிச்சாட்டியமாகத் தூணைக் கட்டிக்கொண்டுவிட்டார். ‘என்ன மாமா பண்றது? ரொம்ப வற்புறுத்தினா அழறார். இந்த ஊர்ல செத்துப் போகணும்னு ஆசை!’

செத்துப் போவதற்காக ஒரு வாரம் காத்திருந்துவிட்டு, திரும்ப அவன் தன் மனைவி, குடும்பம், தொழிலை நோக்கி மெட்ராஸுக்குப் புறப்பட்டுப் போய்விட்டான்.

ஒரு முறை நான் அவருக்கு டிபன் பாக்ஸில் பாட்டி போளி பண்ணியிருந்ததைக் கொண்டு போய்க் கொடுத்தேன். 'மாமா' என்று காதருகில் கத்த வேண்டியிருந்தது. திரும்பிப் பார்க்க ஒரு நிமிஷமானது. 'போளி, பாட்டி உங்களுக்குப் புடிக்குமேன்னு கொடுக்கச் சொன்னா' என்று இரைந்து சொன்னேன். அவ்வளவு தான். கண்களில் 'பொல பொல'வென்று கண்ணீர் பிரவாகமிட்டு முகத்தில் முள்ளுத் தாடியில் மறைந்து போக, அவர் பேசியது ஒரு வார்த்தை புரியவில்லை. நான் சுற்றிலும் பார்த்துத் திடுக் கிட்டேன். இடுப்பில் வேட்டி நழுவியிருக்க, தள்ளாடிய சிங்கம் போல இருந்தார். திண்ணை எங்கும் காய்ந்த மூத்திரம் கோடிட்டிருந்தது. பக்கத்தில் ஒரு பக்கெட் மூடியிருக்க, இந்தப் பக்கம் உலர்ந்த பாத்திரங்கள். சற்று தூரத்தில் ஒரு ஸ்லேட்டு. 'லோனி'யின் ட்ரிக்னாமெட்ரிக் புத்தகம், நாலாயிர திவ்யப் பிரபந்தம்.

பின்னங்கையால் கண்களைத் துடைத்துக்கொண்டு மிக மெல்லிய குரலில், 'துரைசாமி பையன்தானே! கணக்கு நன்னா போடறியா? உங்கப்பா கணக்கில் நூத்துக்கு நூத்துப் பத்து வாங்குவான்' என்று அட்சரம் அட்சரமாகக் கழற்றிக் கழற்றிப் பேசினார்.

எனக்கு யார் மேலோ கோபம் வந்தது. ஒரு வேளை சீரங்கத்துப் பெருமாள் பேரில் இருக்கலாம்.

அதன் பின் அவர் இரண்டு தினங்களில் இறந்துபோய்விட்டார். உட்கார்ந்தபடியே ஸ்லேட்டில் ஸைன் தீட்டாவும், காஸ் தீட்டாவும் எழுதியிருந்த பிரபந்தத்தில் திறந்த பக்கத்தில் பெரியாழ்வார்.

'ஆசைவாய்ச் சென்ற சிந்தையராகி
அன்னை, அத்தன், என் புத்திரர், பூமி
வாசலார் குழலாள் என்று மயங்கி
மாளும் எல்லை கண் வாய் திறவா தே
கேசவா புருடோத்தமா என்றும்

கேழலாகிய கேடிலீ என்றும்
பேசுவார் அவர் எய்தும் பெருமை
பேசுவான் புகில் நம்பரமன்றே’

என்றார்.

வி.ஜி.ஆர். இறந்ததற்குப் பள்ளிக்கூடத்தில் லீவு விட்டார்கள். அவருடைய பழைய மாணவர்கள் பலர், திருவானைக்கோவில் மாம்பழச் சாலை என்று வந்திருந்தார்கள். கோயிலிலிருந்து மாலை, கொட்டு மேளம், சின்ன யானை எல்லாம் வந்திருந்தது. வந்திருந்தவர் எல்லோருக்குமே வி.ஜி.ஆர். கணக்கு வாத்தியாராம். ‘என்னம்மா சொல்லித் தருவார்யா’ என்று சித்திரை வீதி முழுவதும் பேசிக்கொண்டார்கள். அவரை ஜம் ஜம் என்று நீ முந்தி, நான் முந்தி என்று தூக்கிக்கொண்டு திருமங்கை மன்னன் படித்துறையில் எரித்தார்கள். அவருடைய லோனி ட்ரிக்னாமெட்ரி புத்தகத்தில் வி.ஜி.ஆர். நடுங்கும் எழுத்துகளில் ‘டொனேட்டட் டு தி ஸ்ரீரங்கம் ஹை ஸ்கூல் லைப்ரரி’ என்று எழுதியிருந்தார். சீரங்கத்தின் பொறுப்புள்ள பிரஜைகள், வி.ஜி.ஆர். பெயரில் ஒரு ஸ்காலர்ஷிப் ஏற்பாடு செய்ய வேண்டும் என்று பண உதவி கேட்டு எனக்கு சமீபத்தில் ஓர் அச்சிட்ட கடிதம் வந்தது.

5. திண்ணா

திண்ணா என்கிற திருநாராயணனை நான் முதலில் சந்தித்த போது அப்போதுதான் முலைப் பாலை மறந்திருப்பான் போலிருந்தது. ஏறக்குறைய குழந்தைதான். இளம் பாலகன். இவனுடைய அப்பாவும் அம்மாவும் தகரப் பெட்டியுமாகப் பாடசாலையில் சேருவதற்காகச் சேனங்குளத்தில் இருந்து வந்திருந்தான். அப்பா ஒன்றும் கவலைப் பட்டதாகத் தெரியவில்லை. 'எட்டே முக்கா பஸ்ஸைப் புடிச்சாத்தான் சேனங்குளத்துக்குப் பின்மாலை போயிடலாம்; அவாள்ளாம் பாத்துப்பா வா' என்று மனைவியை அதட்டிக்கொண்டிருக்க, அந்தத் தாய் விக்கி விக்கி அழுதுகொண்டிருந்தாள். பாட்டியிடம், 'மாமி அடுத்த வேளைச் சோத்துக்கு வழியில்லாமத்தான் புள்ளையை விட்டுட்டுப் போறோம். பாத்துக்கோங்கோ மாமி' என்று கெஞ்ச, பாட்டியும், அம்மாவும் 'நீங்க போயிட்டு வாங் கோம்மா, பாடசாலைல எட்டூருக்குப் பாத்துப்பா. அடிக்கடி ஆத்துக்கு வரச் சொல்லுங்கோ, நாங்களும் பாத்துக்கறோம்.'

'திண்ணா! திண்ணா. நான் போயிட்டு வரேண்டா' என்று அவள், அவன் கன்னத்தை ரத்தம் தெரியப் பிடித்து அழுத்தி விடை பெற்றபோது, இளம் பாலகன் அப்போதே ஒரு வித முதிர்ச்சியுடன்தான் இருந்தான். 'அண்ணா போயிட்டு வாங்கோ. அம்மா

போயிட்டு வாம்மா. நான் சமர்த்தா இருக்கேன் அழாதம்மா. எச்சுமி, அலமேலு, நப்பின்னை எல்லோரையும் விசாரிச்சதா சொல்லும்மா' என சினிமா பாலகன் போலப் பேசியது வியப்பாக இருந்தது.

ரொம்ப அழகான பையன். நல்ல சிவப்பு. அய்யங்கார் குடும்பங்களில் இப்படித் திடீர் என்று ஒருவிதமான இரானியச் சிவப்பைச் சந்திக்க முடியும். ரோஜா நிற உதடுகள். அந்தச் சின்ன வயசிலேயே தன்னுடைய பொறுப்பையும் ஏழ்மையையும் உணர்ந்துகொண்டது போல அந்தக் குழந்தைக்கு ஒருவிதமான தேஜஸ் இருந்தது. உடனே கட்டி முத்தமிடலாம் போல இருக்கும்.

ஒரு கன்னிப் பெண்ணின் பொறாமையாக, அடர்ந்த கருங் கூந்தலைச் சேகரித்துப் பின்னால் கட்டுக்குடுமியாக வைத்து, முன் மண்டையில் அப்பளம் போலச் சவரம் செய்து, நெற்றிக்குக் கொஞ்சம் பெரிசாவே தென்கலை நாமம். திருமண் ஸ்ரீ சூர்ணம் இட்டிருந்தான். எங்கள் எல்லோருக்கும் அவனைப் பிடித்துப் போய்விட்டது. பாட்டி அவனை வாமன அவதாரம் என்றே நம்பினாள்.

அவன் பாடசாலையில் 'உயர்வற உயர்நலம் உடையவன் எவன் அவன்' சொல்லும்போதே நம்மாழ்வாரே மறுபடி வந்து விட்டார் என்று சொன்னாள்.

இந்தப் பாடசாலை என்பது சம்பிரதாயமான பள்ளி அல்ல. தாஸ் வீட்டையும் ராவிராவின் வீட்டையும் அடுத்து வடவண்டைப் பக்கத்தில் மூன்று நான்கு வீடுகள் தள்ளி இருந்தது. குவளகுடி சிங்கமய்யங்கார் (குசி) பாடசாலை. தென்னாச்சார் சம்பிரதாயத்தை நிலைநாட்டுவதற்காக உருவானது. குசி, என்னுடைய கொள்ளுத் தாத்தா தாய் வழி மூதாதை.

அய்யங்கார்களில் இரண்டு பிரிவு உண்டு. வடகலை, தென்கலை. அடைய வளைஞ்சான் பெரியார் கட்சிக்காரர்கள் 'எச்சக்கலை' என்று மூன்றாவதையும் சேர்த்துக்கொள்வார்கள். அய்யங்கார் என்பதே ஒருவிதமாகச் சிறுபான்மைதான். தமிழ்நாட்டில் எத்தனை அய்யங்கார்கள் இருக்கிறார்கள் என்பது பற்றி யாரும் கணக்கெடுத்ததாகத் தெரியவில்லை. டி.வி.எஸ்., இந்து குடும்பங்களின் அமைப்புகளான தனியார் துறைகளில் சில நாமங்களைப் பார்க்க முடியும். மற்றபடி அய்யங்கார்கள்

எல்லாம் தமிழ்நாட்டுக்கு வெளியே சிதறியிருக்கிறார்கள். பரீட்சைகளில் தொண்ணூறு மார்க்கு வாங்கிச் சளைத்து, சமூக மாறுதல்களில் சந்தர்ப்பங்கள் கிடைக்காமல் வெளி மாநிலங் களிலோ அல்லது வெளி தேசங்களிலோ இருக்கிறார்கள்.

இந்தச் சிதறிய சமூகத்திலும் இரண்டு வகை. வடகலை, தென் கலை. தீவிர தென்கலைக்காரர்கள் வடகலையில் பெண்ணெடுக்க மாட்டார்கள். வடகலை நாமம் போட்ட கோயிலில் வணங்க மாட்டார்கள். அதே போலத் தீவிர வடகலைக்காரர்கள் 'தென்கலை எல்லாமே கீழ் சாதி. ராமானுஜர் போகிற போக்கில் இழுத்துவிட்ட நாமங்கள்' என்று சொல்லிக் கொண்டு தென் கலையைச் சீண்ட மாட்டார்கள். இரண்டு பிரிவுகளுக்கும் நாமத்தைத் தவிர வித்தியாசம் என்னவென்று உன்னிப்பாகப் பார்த்தால், யாருக்கும் தெரியாது என்றே சொல்ல வேண்டும்.

எனக்குத் தெரியும். இதற்குப் பகவானுடைய வாத்ஸல்ய நோக்கங்கள், ஸ்ரீ வைஷ்ணவ மதம் பகவானைப் பரம காருணி கனாக நம்புகிறதும், வேதாந்த தேசிகரின் தயா சதகத்தில் இருந்து கொட்டேஷன் எல்லாம் கொடுத்து விவரிக்கவேண்டும். உழக்கில் கிழக்கு மேற்கு! இந்தக் காலத்தில் இந்தப் பிரிவுகளின் அபத்தம் புலப்பட்டு, சமூக மாறுதல்கள் என்னும் மாருதத்தின் திசையில் மறைந்து போய், தென்கலையோ வடகலையோ சோறு கிடைத்தால் போறும் என்று பெரும்பாலான அய்யங்கார் கள் சீரழிந்து சிதறியிருந்தாலும், உள்ளுக்குள் இந்தக் கலை வித்தியாசங்கள் இன்றும் உறங்கிக்கொண்டிருப்பது ஸோஷியா லஜிஸ்ட்டுகளுக்குப் பொருத்தமான விஷயம். என்னுடைய சொந்த ஆராய்ச்சியின்படி தென்கலைப் பையன்கள் ஒன்று அமெரிக்காவில் இருக்கிறார்கள். இல்லை, சமையற்காரர்களாக இருக்கிறார்கள்.

குசி பாடசாலை தென்கலை சம்பிரதாயத்தை நிலைநாட்டு வதற்காக ஏற்படுத்தப்பட்டது. அதன் சரியான காரணம் சிங்க மய்யங்கார் தன் வாரிசுகள் சொத்தை ஒழித்துக் கட்டிவிடுவார்கள் என்கிற பயத்தால், போனஸாகப் புண்ணியமும் கிடைக்கிறது என்று ஒரு வினோதமான டிரஸ்ட் ஏற்படுத்தி, தேசாந்திரி கட்டளை, பாடசாலை, லைப்ரரி என்று குழப்பமாக ஒரு உயில் எழுதி வைத்துவிட்டுச் சென்றார். எங்கள் குடும்பத்தில் முதல் எழுத்தாளர் இவர்தான் என்று சொல்ல வேண்டும். பத்ரிகாசிரமம் யாத்திரை போயிருந்தபோது அந்த அனுபவங்களைப் பயணக்

கட்டுரை போல எழுதி, சொந்தச் செலவில் விலாசம் பிரஸ்ஸில் அச்சடித்து, புத்தகத்தின் ஒரு காப்பியை நான் படித்திருக்கிறேன். அவர் எழுதிய வில்லிலும் கற்பனை வளம் அதிகமாக இருந்திருக்கவேண்டும். அந்த வில்லைப் பற்றி இன்றைக்கும் சுப்ரீம் கோர்ட்டில் கேஸ் நடக்கிறது.

குசி பாடசாலையின் முதல் நோக்கம் ஏழை அய்யங்கார் பிள்ளைக்கு (பிரிஃப்ரப்ளி தென்கலை) வேதம், பிரபந்தம் சொல்லித் தருவது. சிறு வயதிலேயே இவர்களைத் தேர்ந் தெடுத்து, ஆஸ்டலில் வளர்த்து, நல்ல பழக்கங்கள் சொல்லித் தருவது. ஞானம் புகட்டி, அவர்களைச் சில வருஷங்களுக்குப் பின் வெளியுலகத்துக்கு விரட்டுவது.

விசிஷ்டாத்வைத சித்தாந்தமும் நாலாயிர திவ்யப்பிரபந்தமும் புருஷ ஸூக்தம் வேத உபநிஷத்துகள் போன்ற ஞானங்கள் எந்த விதத்தில் அந்தப் பாலகனுக்கு உயிர் வாழ உபயோகம் என்று சிங்கமய்யங்கார் யோசிக்கவில்லை. முப்பதுகளிலேயே அந்தக் கல்வி அமைப்பில் முரண்பாடு இருந்திருக்கிறது. அதில் பாஸ் பண்ணிவிட்டு வெளியே வருபவர்கள் கெமிஸ்ட்ரி, பிஸிக்ஸ், மேத்தமேட்டிக்ஸ் தெரியாமல் என்ன ஆனார்கள் என்று தகவல் இல்லை. இருப்பினும் அய்யங்கார் சாதியில் ஏழ்மை அதிகம் இருந்ததால், வருஷா வருஷம் பிள்ளைகள் சேருவதில் என்னவோ குறைவில்லாமல் இருந்தது.

உத்திரவாதமான சோறும், புதன்கிழமை எண்ணெய் சீயக்காயும், ஆறு மாதத்துக்கொரு முறை பத்தாறு வேஷ்டியும், தீபாவளிக்குப் பட்டாசும் கொடுத்தால் பிரபந்தம் என்ன? அரிஸ்டாட்டில்கூட கற்றுக்கொள்ளத் தயாராக நிறையவே குழந்தைகள் இருந் தார்கள். அப்படிச் சேர்ந்த பிள்ளைகளில் ஒருவன்தான் திரு நாராயணன்.

குறுகிய காலத்தில் திண்ணா எல்லோரையும் கவர்ந்துவிட்டான். அதிகாலை குளித்துவிட்டு, பளிச்சென்று நாம் இட்டுக்கொண்டு வீட்டுக்கு வருவான். 'மாமி சக்கரத்தாழ்வார் கோயிலுக்குப் போறேன். எண்ணெய் கொடுத்தா விளக்கேத்திட்டு வரேன்.'

'வாடா திண்ணா! இந்தா! நேத்திக்கு அதிரசம் பண்ணிருந்தது. திண்ணாக்குன்னு ஒண்ணு எடுத்து வெச்சிருந்தேன்' பாட்டி கொடுக்கும் தின்பண்டங்களை ஒருவிதமான நாசூக்குடன், ஏழ்மை தெரியாமல், போனாற் போகிறது என்றுதான் வாங்கிக்

கொள்வான். அதை எப்போது தின்கிறான் என்பதும் தெரியாது. அவ்வப்போது என் அல்ஜீப்ரா புத்தகத்தையெல்லாம் ரொம்பத் தெரிந்தவன்போல் பிரித்துப் பார்ப்பான். 'என்ன போடறே!?' என்று வத்ஸுவை விசாரிப்பான். கூடத்தில் இருக்கும் பெரிய கண்ணாடியில் தன்னைப் பார்த்துக்கொள்ளவே மாட்டான்.

'திண்ணா, கொஞ்சம் பிரபந்தம் சொல்லிவிட்டுப் போயேன்!'

அழகாகச் சப்பணமிட்டு உட்கார்ந்துகொண்டு, கணீர் என்ற குரலில், 'திராவிட வேதம்' என்று சொல்லப்படும் பிரபந்தத்தைச் சொல்வான். அந்தத் தமிழ் வார்த்தைகளின் தெளிவும் அழகும் யாரையும் மயிர் சிலிர்க்கவே வைக்கும். சங்கீதக் குரல் 'கிளர் ஒளி இளமை கெடுவதன் முன்னம்' என்று திருவாய் மொழியும்போது நம்மாழ்வாரே பெருமைப்பட்டிருப்பார். பின்னர் அரையர் கடைக்குப் போய்ச் சாமான்கள் வாங்கி வருவான். பூத்தொடுத்துக் கொடுப்பான். திருவாராதனம் செய்வான். சில்லறையாகக் காசு வாங்கமாட்டான். 'எல்லாத்தையும் சேர்த்து வெச்சிருங்கோ மாமி! எங்கம்மா வந்ததும் கொடுத்துருங்கோ' அவனை நேராகப் பார்க்கும்போது முகத்தில் ஒளிர்ந்த அழகையும் கலக்கும் புன்னகையையும் பார்க்கையில் 'இது ஒரு அவதாரம்தான்' என்று பாட்டி சொல்வதில் விஷயம் இருக்கிறது என்றே பலமுறை எனக்குத் தோன்றியது.

நான் காலேஜ் முடித்துவிட்டு சென்னையில் ஆஸ்டலில் சேர்ந்து சில வருஷ இடைவெளிகளில் திண்ணாவை அதிகம் பார்க்க வில்லை. ஏறக்குறைய அஞ்சு வருஷம் கழித்து, ஒரு முறை சீரங்கம் சென்றபோது திண்ணாவைப் பற்றிப் பாட்டியிடம் கேட்டபோது, 'அதையேன் கேக்கறே, அந்தப் பிள்ளையைப் பத்தி நான் சொன்னது பலிச்சுடுத்து! அது மானிடப் பிள்ளை யில்லையடா! அவதாரம்' என்றாள்.

'என்ன பண்றான் பாட்டி?'

'வாயேன். இன்னிக்கு மத்தியானம் தொண்டரடிப் பொடி யாழ்வார் சன்னதிக்கு!'

மத்தியானம் தொண்டரடிப் பொடியாழ்வார் சன்னதியில் உபன்யாசம் வாரம் நான்கு தினம் நடக்கும். மொத்தம் மூன்று பேர் கேட்டுக்கொண்டிருப்பார்கள். என் பாட்டி, சன்னதி காப்பாளர், அப்பறம் வரதாச்சாரியார் சுவாமிகளின் மனைவி. இப்போது

போனால், சன்னதி நிரம்பி வெளியே எல்லாம் ஜனங்கள் உட்கார்ந்திருக்க, நடுநாயகமாக வரதாச்சாரியார் கொடுத்த பச்சைப் பட்டுச் சால்வையைப் போட்டுக்கொண்டு, காதில் சிவப்புக் கல் கடுக்கனும், கையில் மோதிரமுமாக

'குலந்தாங்கு சாதிகள் நாலும் கீழி ழிந்து எத்தனை
நலந்தானிலாத சண்டாள சண்டாளராகிலும்
வலந்தாங்கு சக்கரத்து அண்ணல் மணிவண்ணன்தா ளென்றுள்
கலந்தார் அடியார்தம் அடியார் எம் அடிகளே'

கணீர்க் குரலில் பாடிய திண்ணா வளர்ந்திருந்தான். நெற்றிப் புருவங்கள் வில்லாக வளைந்திருக்க, கன்றுக்குட்டிக் கண்களும் இயற்கையாகவே மையிட்டாற் போல் இருக்க, ஒளிரும் பற்கள் ரோஜா ஈறுகள் குரலில் பேஸ் கலந்த வசீகரம். உபன்யாசத்தில் ஏகப்பட்ட பெண்கள் கூட்டம் இருப்பதைக் கவனித்தேன். அவன் வயசுக்கு மீறியதாகத்தான் இருந்தது. 'ஜீவாத்மாவாக அல்லாது ஆத்மா என்று சொல்லப்படற 'சித்', ஞான ஸ்வரூபமாக ஜடமாக, தனக்குத் தானே தோணக் கூடியதாக இருக்கும் அறிவாமட்டும் இல்லாம அறிவாளியாகவும் இருக்கிறதால ஞானத்தை குணமா உள்ளவன்தான் ஆத்மா...''

அவன் சொல்வது, பெரும்பாலும் பெண்களைக்கொண்ட அந்தக் கூட்டத்தினருக்குப் புரியாவிட்டாலும் பரவாயில்லை என்று தோன்றியது. அவன் சொல்லும் விதம்.. குரல், அதன் ஆழம்.. எப்படி இந்தச் சிறுவனால் இவ்வளவு சிக்கலான சித்தாந்தங் களைப் பேச முடிகிறது! எப்படி இதில் பதவிசு குன்றாமல் மிகத் தீவிரமாகப் பேச முடிகிறது! இவன் வயசுப் பிள்ளைகள் கிரிக்கெட் ஆடிக்கொண்டு, சினிமா பார்த்துக் கொண்டு, சைட் அடித்துக்கொண்டிருக்கும்போது, இவனால் எப்படி 'சுத்த ஸத்வம், மிச்ர ஸத்வம், ஸத்வ சூன்யம்' என்றெல்லாம் சொல்ல முடிகிறது! இந்த யுகத்துக்கு எல்லாம் மதிப்பு இருக்கிறதா! இவன் அவதார புருஷன் இல்லாவிட்டால், என்னவாம்? இவ்வா றெல்லாம் யோசிக்க வைத்தான் திண்ணா.

அவன் உபன்யாசத்தை வியப்புடன் கேட்டுக்கொண்டிருந்த அப்பெண்மணிகளைப் பார்த்தேன். இளம் பெண்கள், திருமண மானவர்கள், விதவைகள், பாட்டிகள், ஏதோ ஒரு விதத்தில் அவர்களுக்கு மனசுக்குள் குழப்பமாக இருந்த மஹாவிஷ்ணு

உருவம் நீட்டப்பட்டு, திண்ணாவாகத் தோற்றமளித்ததோ என வியந்தேன்.

அடுத்த முறை, இன்னும் சில வருஷங்கள் கழித்து, எனக்குப் புதுசாக வேலை டில்லியில் ஆன கையுடன் லீவில் வந்திருந்த போது போயிருந்தேன். அங்கே ராமகிருஷ்ணா மடத்தில் திண்ணாவின் உபன்யாசம் நடந்துகொண்டிருக்க, அவன் இன்னும் கொஞ்சம் சிவப்பாக, இன்னும் கொஞ்சம் பளபளப் பாக, குரலில் இன்னும் கொஞ்சம் கம்பீரம் சேர்ந்து கொண்டு, திண்ணா ஒரு எதிர்கால சின்மயானந்தாவாக ஆவதற்கு உரிய அறிகுறிகள் எல்லாம் கண்டேன்.

இத்துடன் திண்ணாவின் கதை முடிந்திருந்தால் எனக்கு சந்தோஷ மாகவே இருக்கும். இல்லை. போன வாரம் சென்னைக்கு ஒரு கல்யாணத்துக்கு வந்திருந்தபோது, அந்தக் கல்யாணத்தில் ஒரு பெண் கமலைப் பார்க்கவேண்டும் என்று துடித்தாள். அவள் வாழ்வு கமலஹாசனைப் பார்த்துவிட்டுத்தான் சாபல்யம் அடையும் போல இருந்தது.

மேலும், 'உங்களுக்குக் கமலைத் தெரியும் என்று பேப்பரில் எல்லாம் வருகிறதே' என்று ஆரம்பித்து, ஏறக்குறைய அந்த நட்பை நிரூபிக்கவேண்டியதாகி விட்டது. இல்லையெனில் புகுந்த வீட்டில் என் மானம் போய்விடும் போல இருந்தது. டெலிபோன் பண்ணியதில், ஒரு இந்தி படப்பிடிப்பில் கமல் வாஹினியில் இருப்பதாகத் தெரிந்தது.

இந்தப் பெண்களை அழைத்துச் சென்று, கமலை அவர்கள் முழுசாகப் பார்த்ததில், அப்படியே பிரமித்துப் போய் ஆட்டோ கிராஃப் வாங்கவோ, பேசவோ அவர்களால் இயலாமல் சிலை போல் நிற்க, சற்று நேரம் கமலுடன் சினிமாவின் அபத்தத்தின் இடைவெளியில் World According to Gap பற்றியெல்லாம் பேசி விட்டுத் திரும்புகையில், புரொடக்ஷன் பார்த்துக் கொண்டிருந்த ஒரு இளைஞனைப் பார்த்த ஞாபகமாக இருந்தது. அவனும் என்னையே வெறித்துப் பார்த்துக்கொண்டிருந்தான். சற்று தயங்கிவிட்டு என் அருகில் வந்து 'என்ன அண்ணா எங்க வந்தேள்?'

'நீ...நீங்க...நீ?'

‘அண்ணா! தெரியலை?’

‘தி…திண்ணாவா?’

தெரியவில்லைதான். கடைசியில் பார்த்தது சேலத்தில். சால்வையும் வைரக் கடுக்கனும்.. சம கால ராமானுஜர் போல்! இப்போது கருகருவென்று அடர்த்தியான பாணலி கிராப், அனாவசியமாகக் கழுத்துப் பகுதியில் எல்லாம் பூ வேலை செய்த லக்னோ ஜிப்பா, கழுத்தில் கைக்குட்டை, மைனர் செயின். இரு கன்னங்களிலும் பரு கொப்பளித்து ஒரு கன்னம் மட்டும் புகையிலையால் உப்பியிருக்க, உதடுகளில் கருநீலக் கறை படிந்திருக்க, இடது கையின் பான் பராக், ஜாப்ராணி தேஜபத்தி, இந்தியா கிங்ஸ் டப்பி…!

‘திண்ணா, நீ உபன்யாசம் பண்ணிண்டிருந்தியே.. பிரபந்தம் சொல்லிண்டு இருந்தியே, அதெல்லாம்..’

‘அதெல்லாம் ஒரு காலம் அண்ணா. இப்ப ராவ்காரு படத்துக்குப் புரொடக்ஷன் பாத்துண்டிருக்கேன். கமல், பூனம் தில்லன், கதை நம்ம கதைதான். கே.ஜி. சார்கிட்ட ‘நமக்கேன் வம்பு’ன்னு ஒரு காமெடி போன வருஷம் ஜுபிலில பண்ணித்து பாருங்கோ! நான்தான் ஒரு பெஸ்டிவல் படத்தை ‘உல்ட்டா’ பண்ணி எழுதிக் கொடுத்தேன். இந்தியில் ரெண்டரைக்கு ரைட்ஸ் வாங்கி யிருக்கா. அப்புறம் வி.ஜி.ஆர். யூனிட்ல…’ அவன் தமிழே வேறு விதமாக மாறியிருந்தது. ‘காப்பி சாப்பிடறேளா?’

‘இல்லைப்பா.’

‘சிகரெட்?’

‘இல்லைப்பா.’

‘அண்ணா எழுதிய கதையெல்லாம் டயம் கிடைச்சா படிக்கிறது உண்டு. ஏதோ சீரங்கத்துக்காராள்ளாம் நல்ல நிலைமைக்கு வந்தா சந்தோஷம். நானும் நல்ல நிலைமையிலதான் இருக்கேன். உங்க சப்ஜெக்ட் கூட ஒண்ணு பண்ணணும். பெங்களூர் வந்து டிஸ்கஸ் பண்ணணும்னு டைரக்டர் சொன்னார். நம்ம சொந்தப் புரொடக்ஷனே!’

‘திண்ணா, உனக்கு பிரபந்தம் எல்லாம் ஞாபகம் இருக்கா?’

திண்ணா எதிர்ப் பக்கம் போய்க் கொப்பளித்து, செத்த புகை யிலையைத் துப்பிவிட்டுத் திரும்பி வந்து, 'எல்லாம் மறந்து போச்சு!' என்றான்.

'ஆத்துக்குப் போறதுக்கு வண்டியிருக்கா? வண்டி அனுப்பச் சொல்லட்டுமா?'

திரும்பச் செல்லும்போது ஜீன்ஸ் அணிந்த பெண்ணுடன் அன்யோன்யமாக ஜோக் அடித்துக்கொண்டிருந்த திண்ணாவின் சாதனையை 'வீழ்ச்சி' என்று என்னால் சொல்ல முடியவில்லை.

6. சின்ன 'ரா'

கோரத முட்டியில் சாக்கடைச் சந்துக்குப் போகிற வழியில் முனிசிபாலிட்டி தகர கேட்டு போட்டிருக்குமே. எப்போதும் ஒன்றிரண்டு பன்றிகள் 'ரொய்ங், ரொய்ங்' என்று திருகுவாலை சுழற்றிக்கொண்டு அலைந்துகொண்டிருக்குமே, அதன் அருகில்தான் சுவர் இருந்தது. அது டிராயிங் வாத்தியார் வீட்டு இந்தண்டைப் பக்கம் சுவர். ஒரு சதுர அடிக்கு ஒரே சன்னல்தான் இருக்கும். அதன் வழியாக, அற்ப சங்க்யைக்காக ஒதுங்குபவர்களை அதட்டிக்கொண்டே இருப்பார் வாத்தியார். கொஞ்சம் அயர்ந்தால் நோட்டீஸ் ஒட்டிவிடுவார்கள். காட்டா குஸ்தி, தையல் வகுப்பு, சிட்டுக் குருவி லேகியம், தேவாங்குத் தைலம் என்று! அந்த சுவற்றில்தான் அது எழுதியிருந்தது.

ஜேவி பாலாமணியை ..க்கிரான்

..க்கிரானி'ல் சின்ன'ரா.'

ஜேவி என்பது நான்தான். பாலாமணிக்கு நான் ட்யூஷன் சொல்லிக்கொடுக்கிறேன். டென்த் பி பெண். ஒரு முறை கோட்டு, சாதுவான பெண். கண்ணாடி போட்டுக்கொண்டு கொஞ்சம் மொத்தமாக இருக்கும்.

இந்த மாதிரிச் சுவரில் எழுதுபவனைத் தண்டிக்க இ.பி.கோ. ஏதாவது இருக்கவேண்டும். இதை யார்

எழுதினது என்று எனக்குத் தெரியும். பாலாமணி என்ன வருத்தப்படுவாள்? அவளுடைய தாய் தந்தையர் என்ன மாதிரி துடிப்பார்கள்? அக்கிரமம்! ஒரு பெண் படிப்பில் சோடையாக இருக்கிறாள் என்று ட்யூஷன் சொல்லித் தந்தால், கதை கட்டிவிடுவதா? அதுவும் என்னைப் போல ஒரு சாது கிடையாது. என்னைப் போய்?

இது நிச்சயம் சங்கர குருப்பு வேலைதான். எனக்குத் தெரியும். குருப்பு மலையாளத்துக்காரனாக இருந்தாலும், சீரங்கத்திலேயே செட்டில் ஆனதால் தமிழ் எழுதப் படிக்க வரும். பேச்சில் கொஞ்சம்தான் மலையாள வாசனை. எங்கள் பள்ளியில் வீவிங் மாஸ்டர்.

குருப்புக்கு என் மேல் ரொம்ப கோபம். வோகேஷனல் ட்ரெய்னிங் என்று வீவிங் வைத்திருந்தார்கள். டென்த் எஃப்பில் கலை என்று ஒரு பெண் இருந்தது. அதற்கு நெசவு சொல்லித் தருகிறேன் என்று தறியருகில் வைத்து, அதன் ரவிக்கை பட்டனை அவிழ்த்துக்கொண்டிருந்ததைப் பார்த்துவிட்டேன். என்னைப் பார்த்தும் படவா அந்தக் கெட்ட காரியத்தை நிறுத்தக்கூட இல்லை. ‘சாமிக்கு என்ன வீவிங் கிளாஸில் ஜோலி?’ என்றான். பற்றிக்கொண்டு வந்தது. அந்தப் பெண், ‘போங்க ஸார்’ என்கிறதே ஒழிய, வேறு ஒரு சுரணையும் இல்லை. நேராகப் போய் ஹெட் மாஸ்டரிடம் சொல்லிவிட்டேன். அவர் குருப்பின் இன்க்ரிமெண்ட்டை வெட்டிவிட்டு, அந்த வாரத்திலிருந்து பெண்களுக்கு நெசவு கிடையாது என்று சொல்லிவிட்டார். அதிலிருந்து அவனுக்கு என்மேல் ரொம்பக் கோபம். மலையாளத்தில் ரொம்பத் திட்டினான். பழிவாங்கத்தான் இப்படி சுவற்றில் எழுதியிருக்கிறான்.

பாலாமணிக்குக் கூடப் பிறந்த எட்டுப் பேரில் ஒன்றுதான் தம்பி. மற்றதெல்லாம் குஞ்சும் குளுவானுமாகப் பெண்கள். அப்பாவுக்கு தாலுகா ஆபீஸில் வேலை, என்ன வேலை தெரியாது. பெண்களுக்குச் சரியானபடி சம்பளம் கட்டுவது கிடையாது. பூட்டான், மகாராஷ்டிரா என்று முப்பது, நாப்பதுக்கு லாட்டரி டிக்கெட் வாங்குவார். ஜிஞ்சர் அடிப்பார். கழுதை மண்டபத்தில் காசு வைத்துச் சீட்டாடுவார். பெண்டாட்டியை அடிப்பார் என்று பாலாமணி சொல்லியிருக்கிறாள். பெண்களை அடி நிமிர்த்திவிடுவாராம். பிள்ளை ஒன்றுதான் செல்லம்; பேரும் செல்வம்.

நான் டென்த் பி கணக்கு எடுத்துக்கொண்டிருந்தபோது, பாலாமணி கிழிசலாகப் பாவாடை போட்டுக்கொண்டு, துடை தெரிவதைக் கண்டு வீட்டுக்குத் துரத்திவிட்டேன். அழுது கொண்டே போனாள். எனக்கு என்னவோ மாதிரி இருந்தது. வீட்டுக்குப் போய் விசாரித்ததில், மாசம் இருபது தேதியானால் சேஃப்ட்டி பின் வாங்கக்கூடக் காசு கிடையாதாம்.

எனக்குப் பச்சாதாபமாக இருந்தது. சரி இந்தப் பெண்ணைப் படிப்பில் தேற்றலாம் என்று இலவசமாக ட்யூஷன் சொல்லிக் கொடுக்க இசைந்தேன். அவள் ஷெட்யூல் வகுப்பில் சேர மனு போட ஏற்பாடு செய்தேன். ஒரு 'காட் ஃபாதர்' போல அந்தப் பெண்ணைச் சுவீகரித்துக்கொண்டு இலவசமாக, பச்சாதாப எண்ணத்தில் ட்யூஷன் சொல்லிக் கொடுக்க முற்பட்டேன்.

அந்தப் பெண் நன்றாக உருப் போடும். கால் வருஷப் பரீட்சை யில் நான்காவது ராங்க்குக்குக் கொண்டு வந்து விட்டேன். ரொம்பச் சந்தோஷம், ஒரு நல்ல காரியத்தைத் தொடங்கியதில் திருப்திதான் என்று எண்ணிக் கொண்டிருந்தபோது சுவற்றில் இந்த அசிங்கம். சின்ன 'ரா!'

முதலில் சங்கர குருப்பின் வீட்டுக்குப் போய் அவனை ஜோட்டால் அடிக்க விரும்பினேன். அவன் வீட்டில் இல்லை. கோட்டைக்குப் போயிருக்கிறான் என்று அவன் மனைவி முண்டும் ரவிக்கையுமாகச் சொன்னாள். சற்றுத் தயக்கத்துடன் பாலாமணியின் வீட்டுக்குப் போனேன்.

'கதிர்வேல் ஸார் இதையெல்லாம் நம்பாதீங்க.'

'ஊரே கொல்லுனு போயிருச்சு. இனி என்ன!' என்றார்.

பாலாமணி திண்ணை ஓரத்தில் சமைந்தவள் போல உட்கார்ந்து கொண்டு விசித்து அழுதுகொண்டிருந்தாள். கன்னம் இரண்டு விரல் பதிந்து சிவப்பாக இருந்தது.

'என்னங்க அடிச்சீங்களா? ச்...ச்...ச்.'

'அடிக்காம பின்ன? தோலை உரிக்கவேண்டாம்? ஏண்டி தொடைகாலி முண்டமே! ட்யூஷன் சொல்லிக்கற மூஞ்சியைப் பாரு.'

'த பாருங்க, த பாருங்க! ஒண்ணுமே நடக்கலை. இதெல்லாம் அக்கப்போரு. சங்கர குருப்புன்னு வீவிங் மாஸ்டர் இருக்கான். அவனுக்கு என்னைக் கண்டா ஆகாது. புரளி.'

'புரளி இல்லைங்க இது! நான் உங்களைக் குத்தம் சொல்ல மாட்டேன். இதுதான் ஏதாவது பண்ணியிருக்கும். பாடப் பொஸ்தவத்தைத் தவிர எல்லாத்தையும் படிச்சா? பாருங்கய்யா. எங்க சாதியைத் தெரியாது உங்களுக்கு. தள்ளி வச்சுருவாங்க. ஏற்கெனவே புள்ளம் பாடிக்கு சேதி போயிருச்சு. மாமா ஒருத்தன் விவசாயம் பார்த்துக்கிட்டு இருந்தான். அவனுக்குப் பேசி வெச்சிட்டு வந்திருந்தேன். இனிமே அவங்க தலை வெச்சுப் படுக்கமாட்டாங்க. மூதேவி! கோடாரிக் காம்பே! விட்டன்னா பாரு! முழிக்கிறதைப் பாரு, குரங்கு மாதிரி!'

'த பாருங்க. அது ஒண்ணுமே செய்யலீங்க, அதும் பேரில் எதும் தப்பில்லைங்க.'

'எங்க சாதியில சமையறதுக்கு முந்தியே கல்யாணம் செய்துரணுங்க. இப்ப என்னதான் செய்வேன்? செத்து ஒழியேன் எங்கேயாவது. தம்பி உங்களைச் சொல்லிக் குத்தமில்லை. ஆனா வயசுக்கு வந்த பொண்ணுங்களோட பழகறப்ப கொஞ்சம் உணர்ச்சிங்களைக் கட்டுப்படுத்தியிருக்க வேண்டாமோ? இப்ப இவ வாழ்க்கையே பாழாயிடுச்சே.'

'என்னங்க நீங்களும் நம்பற மாதிரி பேசறீங்க. ஒண்ணுமே நடக்கலீங்க!'

'இனிமே என்னங்க நடக்கணும்? ஊரே சிரிக்குது. ஒழியேன்! லால்குடி பாஸஞ்சர்லே தலையைக் கொடேன்! நீ இல்லைன்னு யார் அழுதாங்க!'

'அப்படிப் பேசாதீங்க! இதை சுவத்திலே எழுதின சங்கர குருப்பை உங்க முன்னாடி கொண்டாந்து நிறுத்தி, குத்தத்தை ஒப்புத்துக்க வெச்சு மன்னிப்பு கேக்க வெக்கறேன். அதுவரைக்கும் பொண்ணைத் திட்டாதீங்க.'

'இனிமே டாமேஜாயிருச்சில்ல! கடிச்ச பழமுன்னுதானே சொல்லுவாங்க! அய்யோ! ஏழு பொட்டைப் புள்ளைங்களை வெச்சிக்கிட்டு...'

மறுநாள் காலை பாலாமணியின் வீட்டை அணுகும்போதே துணுக்குற்றேன். ஆரவாரமாக இருந்தது. அருகே போய்ப் பார்த்தால் 'பாலாமணி செத்துருச்சு' என்றார்கள். வயிற்றில் அனல் புறப்பட்டது போல உணர்ந்தேன். உள்ளே ஓடினேன். கூடத்தில் பாலாமணியைக் கிடத்தியிருந்தார்கள். உடம்பு பூராவும் நனைந்திருக்க 'அய்யா என்ன ஆச்சு! என்ன ஆச்சு!'

'கிணத்திலே விழுந்துருச்சுங்க!' அப்பன் துண்டால் வாயைப் பொத்திக்கொண்டு, 'பாலா! பாலா! நான் விளையாட்டுக்குச் சொன்னேம்மா! இப்படி பண்ணிட்டியே முட்டாப் பெண்ணே!'

'போய்யா முட்டாளே! நேத்திக்கு நீங்க ஏசின ஏச்சுக்கு..' என்று அதட்டினேன்.

'அய்யோ இப்படிச் செய்யும்னு நெனைக்கல்லியே?'

'போயிருச்சு போயிருச்சு.' என்றார்.

நான் அருகே போய் பாலாவைத் தொட்டுப் பார்த்ததில் லேசாக மூச்சு வந்துகொண்டிருப்பது போலத் தெரிந்தது. மிகவும் மகிழ்ந்து போய், உடனே ஓடிப் போய் தேர்முட்டி டாக்டரை அழைத்து வந்தேன். அவர் நிமிர்த்தி வைத்து, உட்கார வைத்து, காலைத் தேய்த்து, இன்ஜெக்ஷன் கொடுத்ததில் பாலா கண் திறந்துகொண்டாள்.

'என்னை விட்டுருங்க, விட்டுருங்க! நான் யாருக்கும் உபயோகம் இல்லை. எனக்குக் கல்யாணம் ஆகாது. நான் களங்கப் பட்டுட்டேன்! யாரு என்னை..' என்று மயக்கமாக என்மேல் சாய்ந்தபோது, அந்தப் பெண்ணின் பரிதாப நிலையைப் பார்த்து எனக்கு ஆவேசம் வந்தது போல, 'பாலாமணி, கவலைப் படாதம்மா! நான் இருக்கேன் உனக்கு! என்னாலதானே உனக்கு இதெல்லாம் நேர்ந்தது. நான் உன்னைக் கல்யாணம் பண்ணிக் கிறேன் கண்ணு. கவலைப்படாதே!' என்று சபதம் செய்தேன்.

கல்யாணத்துக்கு குருப்பு வந்திருந்தான். 'சாமி கோபிக்கக் கூடாது. பகவதி மேல ஆணையா சொல்றேன். அய்யப்பன் பேர்ல ஆணையா சொல்றேன். நான் அதை எழுதலை! ஜேவியின் பேரில எனக்குக் கோபம்தான். ஆனா அதை நான் எழுதலை!' என்று நெக்குருகினான்.

'எழுதியிருந்தாலும் இப்ப என்ன குருப்பு? உன்னை மன்னிக்கத் தயார்! அதுக்கெல்லாம் இப்ப அர்த்தமே போயிருச்சே!' என்றேன். கல்யாணம் கொஞ்சம் சீக்கிரம்தான். என்ன செய்வது! நிலைமை அப்படி..

சென்னைக்கு ஸம்மர் ட்ரெய்னிங்குக்கு வந்தபோது என் மனைவி பாலாமணி கடிதம் போட்டிருந்தாள். வீட்டில் தங்கைமார்களிலிருந்து ஆரம்பித்து, ரங்கசாமியின் கன்றுக்குட்டி வரை சௌக்கியம் என்று எழுதியிருந்தாள். அப்பா பாவம்! இத்தனைப் பெண்களுக்கு எப்படித்தான் கல்யாணம் பண்ணி முடிக்கப் போகிறாரோ என்று கவலைப்பட்டு எழுதியிருந்தாள். லேடி டாக்டர் ஊர்ஜிதம் பண்ணிவிட்டாளாம். ரொம்ப சந்தோஷமாம். அப்புறம் 'செல்வம் இப்போதெல்லாம் தினம் படிக்கிறான்' என்று முடித்திருந்தாள்.

படிக்கி? - 'ரா'ன். சின்ன 'ரா.'

இப்போது அவள் கையெழுத்தை உன்னிப்பாகப் பார்த்தேன். எனக்குள் ஒரு சந்தேகம் தோன்றியது.

ஒரு வேளை?..

சே! இருக்காது.

7. பெண் வேஷம்

பள்ளி நாள்களில் நான் 'வீரசிம்மன்' நாடகத்தில் பெண் வேஷம் போட்டதைப் பற்றி உங்களுக்குச் சொல்லவேண்டும் என்றால், வரதனைப் பற்றிச் சொல்லித்தான் ஆகவேண்டும்.

வரதன் அப்போது என் வயசுக்காரர்களில் சுமார் ஒரு அரிஸ்டாட்டிலாக இருந்தான். எங்களைவிட அதிக வயதாக இருந்தாலும், ஏகவசனத்தில்தான் கூப்பிடு வோம். அவன் முழுப் பெயர் வரதராஜனா, வரதாச் சாரியா தெரியாது. பாட்டி ஒரு நாள் நான் பாக்குப் போட்டுக்கொண்டிருப்பதைப் பார்த்து, 'வரதன் கூட சேர்ந்துட்டியோ இல்லியோ? உருப்பட மாட்டே! இன்னிக்கு பாக்குப் போட்டுப்பே. நாளைக்குப் புகையிலை. நாளன்னிக்கு ஏதோ ஒரு தெருவுக்குப் போவேள்' என்று திட்டி விசிறிக் கட்டையால் அடித்தாள்.

வரதனுடன் சகவாசத்துக்குத் தடையுத்தரவு எல்லா வீட்டிலும் உண்டு. அதனாலேயே நாங்கள் எல்லோரும் வரதனிடம்தான் சினேகம் தேடிச் சென்றோம். அவனிடம் சிறுவர்களுக்கும், அவ னுக்குச் சிறுவர்களிடமும் ஒரு கவர்ச்சி இருந்தது. எல்லோரையும் கவனிப்பான், கட்டிக் கொள்வான், திடீர் என்று முழங்கையை முதுகுப்புறமாக மடக்கு வான்.

அப்போது அவனுக்கு முப்பத்தைந்து வயது இருக்கலாம். வேலையேதும் பார்த்ததாகத் தெரியவில்லை. கார்வாரும், மிராசு, மிட்டாதார்த்தனமும் ரத்தத்தில் ஊறியிருந்த பிரகிருதி. சிவப்பாக கமகமவென்று இருப்பான். வழுக்கை விழ ஆரம்பித்திருந்தாலும் அவன் முகத்துக்குப் பொருத்தமாகத்தான் இருந்தது. 'கொள்ளிடம் சலவை சாலை'யில் வெளுத்த மல் ஜிப்பாவுக்குள் தாயத்துகளும் மொச மொசவென்று ரோமமும் தெரியும் ஜிவிஎன்று எம்ப்ராய்டரி போட்டு, கைக்குட்டையைத் தோளில் துண்டு போல ஸ்டைலாகப் போட்டிருப்பான்.

வரதனுக்குக் கல்யாணம் ஆகி, மனைவி சின்னதாக ரங்க விலாஸ் மரப் பாச்சி போல வீட்டுக்கு உள்ளே இருந்தாள். அவளை நான் அதிகம் பார்த்ததில்லை. மகேந்திர மங்கலத்தில் அவனுக்கு நிலம் இருந்தது. அந்த பச்சை ஏக்கராக்களில் இருந்து வருஷாந்திரத்துக்கும் நெல், உளுத்தம் பருப்பு, துவரம் பருப்பு எல்லாம் வந்துவிடும். தை மாசம் குத்தகைக்காரன் கக்கத்தில் துண்டுடன், பக்கத்தில் வாழைத் தாருடன் நிற்பதைப் பார்த்திருக்கிறேன்.

வரதன் திண்ணையில் உட்கார்ந்திருக்கும் தோரணையே அலாதி. கால் மேல் கால் போட்டுக்கொண்டு உட்கார்ந்திருப்பதைப் பார்த்தாலே தலைமை தெரியும். கொஞ்சம் உன்னிப்பாகப் பார்த்தாலே சிம்மாசனம் தெரியும்.

பளிச்சென்று கிராப் வாரி, பவுடர் போட்டுக்கொள்வான். நெற்றியில் புனுகு கலந்து பண்ணின ஏதோ ஒரு சேர்க்கையில் சிறிய கரிய பொட்டு. சிரித்தால் வரிசையும் வெற்றிலைப் பழக்கமும் தெரியும். திண்டுக்கல் தளிர் வெற்றிலைதான் போடுவான். செம்பில் தண்ணீர் எப்போதும் இருக்கும். பன்னீர்ப் புகையிலை சேர்த்துப் போட்டுப் போட்டு, அரை மணிக்கு ஒரு முறை கொப்பளித்துக்கொண்டே இருப்பான். வெள்ளி தம்ளரில் தான் காப்பி. வெற்றிலைப் பெட்டிக்குள் ஜாதிக்காய், ஜாதிப் பத்ரி, வருவல் சீவல் எல்லாம் இருக்கும். எங்கே தொட்டாலும் வாசனையாக இருப்பான். கீ கொடுக்கும் கிராம போனில் 'மீரா' பாட்டுகளைத் திரும்பத் திரும்பக் கேட்டுக்கொண்டிருப்பான். வேஷ்டியில் சதா ஜரிகை.

இந்த வரதனால்தான் நான் 'வீரசிம்மன்' நாடகத்தில் பெண் வேஷம் போடும்படியாகிவிட்டது. சொல்கிறேன்.

ஒரு நாள் காலை எப்போதும் போலப் பள்ளிக்கூடம் போவதற்குள் வரதனை ஓடிப் போய்ப் பார்த்துவிட்டு வரலாம் என்று அங்கே போனேன்.

வாடா 'ஈர்க்குச்சி' என்றான். யாரையும் பேர் சொல்லிக் கூப்பிட மாட்டான். ஈர்க்குச்சி, மோர்க்குழம்பு என்று புனை பெயர்கள் தான். ஏற்கெனவே நான்கு பையன்கள் இருந்தார்கள். ஒருவன் வரதனுக்கு உடம்பு பிடித்துவிட்டுக்கொண்டிருந்தான்.

'டேய் இவனுக்கு என்ன வேலை கொடுக்கலாம்?' என்றான்.

'எதுக்கு வரதா?' என்றேன்.

வந்த உடனே என் கையை முறுக்கிக் கன்னத்தில், செல்லமாகத் தட்டினான்.

'டேய் உனக்குத் தெரியாது?' என்று வாணி விலாஸ் பிரஸ்ஸில் அச்சடித்திருந்த பஞ்சு மிட்டாய் கலர் நோட்டீஸைக் காட்டினான்.

அதில், 'காணத் தவறாதீர்கள்! வீரசிம்மன் அல்லது உண்மையின் வெற்றி! - சமூக சரித்திர நாடகம்' என்று பெரிசாகப் போட்டு, இந்தப் பக்கம் கதை, வசனம், பாடல்கள், டைரக்ஷன் எல்லாம் ஜிவி என்றும் போட்டிருந்தது. இடது பக்கம் வரதன் அட்டைக் கிரீடம் வைத்துக்கொண்ட போட்டோவும், அதன் கீழ் 'வீரசிம்மனாக ஜிவி' என்றும், வலது பக்கம் அவனுக்கு எதிராக இடுப்பில் சரிகை ஒட்டியாணமும் தலைமேல் கிரீடமும் மார்மேல் ப்ரூச்சுமாக ஒருத்தி நின்றுகொண்டிருந்தாள்.

'குஸுமாவாக திருச்சி தாராமணி' என்று அவள் கீழ் அச்சடித் திருந்தது. 'டிக்கெட்டுகள் ரூபா இரண்டு, ஒன்று. எக் காரணத்தைக் கொண்டும் டிக்கெட் பணம் வாபஸ் தரப்பட மாட்டாது' என்று போட்டு, எனக்கு சற்றும் புரியாத வகையில் 'அதிர்ஷ்ட டிக்கெட்டுக்குக் குலுக்கல் முறையில் பரிசு உண்டு. ஒரு பசு மாடு!'

'பசு மாடா?' என்று கேட்டேன்.

'ஆமாண்டா.'

'நிஜ பசுமாடா?'

'ஆமாண்டா, அப்பதான் டிக்கெட் விக்கறது ஈஸி!'

எனக்கு ஒரு பசு மாடு என்ன விலை இருக்கும் என்று ஐடியாவே இல்லை. ஆனால், மேடையில் எப்படி பசு மாட்டை ஓட்டிக் கொண்டு வந்து, அதை ஒரு பிரமுகர் 'இந்தா' என்று பரிசு பெற்றவருக்குக் கொடுக்க முடியும் என்பது வியப்பாக இருந்தது. அதைக் கேட்டு விசாரிப்பதற்குள் எனக்கு ஒரு புதிய கவலை ஏற்பட்டுவிட்டது. அது வரதன் என்னை மேலும் கீழும் பார்த்து, 'டேய் இவந்தாண்டா சரி' என்று சொன்னது.

'எதுக்கு?' என்றேன்.

'ஒண்ணுமில்லை. டிராமாவில் ஒரு சின்ன பார்ட்டு!'

'என்ன பார்ட்டு?' என்றேன் பதறிப்போய்.

'வீரசிம்மனுக்கு விசிர்றதுக்கு ஒரு சேடி வேணும்.'

'சேடின்னா பொம்மனாட்டியா?'

'ஆமாம்!.. ஏய்.. ஏய்.. அவனைப் போய் பிடிங்கடா!' கேவி ஓடி வந்து என்னைப் பிடித்து இழுத்து வந்தான். வேஷம்னா உடனே ஓடறியே! இத பார், இவன்தான் சேவகன், இவன் சேனாதிபதி. தாராமணி வரா, நான் இருக்கேன். உனக்கு சின்ன பார்ட்டு. இதுக்கென்ன தயக்கம்?'

'வரதா, நான் வரலை. எனக்குத் தெரியாது. எனக்குப் பேச வராது.'

'பேசற பார்ட்டு இல்லை. ராஜா பக்கத்தில் நின்னுகிட்டு விசிற ணும். ஒரு வார்த்தை வசனம் கிடையாது. இவனுக்கெல்லாம் எத்தனை வசனம் தெரியுமா? என்னடா?' என்று அம்பியைக் கேட்டதும், அவன் கடகடவென்று 'ஈதிப்படியிருக்க நீர் எப்படி எம் நாட்டின் மேல் படையெடுக்கப்போம்..' என்றான்.

எனக்கு என்னவோ செய்தது. ஆறாம் வகுப்பில் இருந்தபோது பாரதியார் வேஷம் போட்டு, தலைப் பாகை உருண்டது ஞாபகம் வந்தது. எனக்கு ஸ்டேஜ் மேடை என்றாலே உதறும். முழங்காலுக்குக் கீழ் பஞ்சு சேர்ந்துகொள்ளும்.

'இல்லை வரதா! வேண்டாம். நான் மாட்டேன். நீ வேற எதுவேணா சொல்லு. வீடு வீடாப் போய், மாமி மாமியாப்

போய், பசு மாடு.. ஃபர்ஸ்ட் ப்ரைஸ்னு சொல்லி டிக்கெட் விக்கறேன், நோட்டீஸ் ஒட்டறேன்.'

'டிக்கெட் விக்கறதைப் பத்தி எனக்குக் கவலையே இல்லைடா! நடிக்கிறதுலதான் ஆளு குறையறது. அதெல்லாம் பேசப்படாது. புதன்கிழமை ரிகர்சலுக்கு வந்துர்றே.. தெரியுமோல்லியோ! அப்புறம் இங்க வாடா!' என்று தனியாக அழைத்து, தன் பிரம்மாஸ்திரத்தை உபயோகித்தான் ரகசியமாக. 'உனக்குப் பார்க்கணுமா இல்லையா?' என்றான்.

'எதை?'

'கேக்கறதைப் பாரு! அன்னிக்குப் பார்க்கலை பாத்தியா! கேக்கறபோதே மூஞ்சி எல்லாம் ஜிவ்வுனு சிவந்துக்கறதே! நீ இந்த பார்ட் மட்டும் பண்ணிரு. ஸ்டேஜ் ஓரத்தில் இருந்துண்டு விசிறணும்.. எல்லாத்தையும் காட்டிர்றேன்.'

'விசிறாமயே ராஜா இருக்கக் கூடாதா?'

'கதைக்கு ஒத்து வராதே! அவன் சிற்றரசன் இல்லையே!'

'நீதான் கதை எழுதியிருக்கே, மாத்திரேன்' என்றதற்கு 'நீ போடா. உனக்கு சாயங்காலம் வா காட்டறேன்' என்றான்.

'காட்டறேன்' என்று சொன்னது, அவனிடம், மிடில் ஈஸ்ட்டில் இருந்தபோது அவன் மாமாவோ யாரோ அனுப்பி வைத்த பிரத்தியேகப் படங்கள்தாம். எனக்குச் சில ஸாம்பிள் காட்டி யிருக்கிறான். அதில் வெள்ளைக்கார ஆண்களும் பெண்களும் விதவிதமாகக் கெட்ட காரியங்கள் செய்து கொண்டிருந்தார்கள். சின்னச் சின்னதாக கையகலத்துக்கு போட்டோ படங்கள். சில படங்களில் இரண்டு பேர்தான் இருந்தார்கள். சிலவற்றில் கூட்டமாக இருந்தது.

அந்தப் போட்டோக்களின் முழு விவரங்கள் இப்போது எனக்கு ஞாபகமில்லை. ஆனால், விதிவிலக்கில்லாமல் எல்லோரும் பூட்ஸும் ஸாக்ஸும் போட்டிருந்தது தெளிவாக நினைவிருக் கிறது. பூட்ஸ் ஸாக்ஸ்! வேறு எதுவும் கிடையாது. எப்படி பூட்ஸைக் கழற்றாமல், மற்றவற்றைக் கழற்றியிருக்க முடியும் என்பது எனக்கு ரொம்ப நாளாகவே சந்தேகம். 'தலை வழியாடா' என்று சொல்லி வரதன் காட்டியது ஒரு சில படங்களே. அந்த

மாதிரி நூறு இருக்கிறதாகவும், அதைக் காட்டுகிறேன் காட்டு கிறேன் என்றும் என்னை வேலைவாங்கி விடுவான்.

'நீ எவ்வளவு வேகமா ஓடுவே?' என்றான்.

'ஏன்?'

'ஓடிப் போய் டிபிஜி கடையில் போய் ஒரு பொட்டலம் பன்னீர்ப் புகையிலை வாங்கிண்டு வந்துரு என்ன?'

'நான் பொகையிலை வாங்கிண்டு வரேன். என்னை டிராமாவில் இருந்து விட்டுர்றியா?'

'நீ போய் வாங்கிண்டு வாயேன். முப்பது செகண்டுக்குள்ள வா, உன்னை விட்டுர்றேன்' என்றான்.

நான் தலை தெறிக்க, நாக்கு உலர தேர்முட்டிக்கு ஓடினேன். டிபிஜி எப்போதும் போல் தனக்குள்ளே பேசிக்கொண்டிருந் தான். டிபிஜி கடை, ரங்கன் கடைக்கு எதிர்த்தாற்போல் இருக்கும். மளிகை சாமான்கள், வெற்றிலை பாக்கு, சிகரெட் வகையறாக் கள், பாடப் புத்தகங்கள், காப்பிப் பொடி, ரப்பர் பந்து எல்லாம் கலந்துகட்டி விற்கும் ஒரு வகையான டிபார்ட்மெண்ட் ஸ்டோர்.

டிபிஜி உட்காரமாட்டான். எப்போதும் நின்றுகொண்டுதான் இருப்பான். இதன் காரணத்தைப் பற்றி அபிப்பிராய பேதம் இருந்தது. ஒரு தடவை வரதன் கேட்கச் சொல்லி, 'டிபிஜி உட்காரு' என்று சொல்லிவிட்டேன். பளேர் என்று கன்னத்தில் அறைந்து விட்டான். அதன் காரணம் எனக்கு இதுவரை புரியவில்லை.

இன்றைக்கு டிபிஜி அறைகிற மூடில் இல்லை. 'என்ன தம்பி வரதய்யர் டிராமா போடறாராமே? நான்கூட டிக்கெட் வாங்கியிருக்கேன். பசு மாடு கிடைக்குமில்லை?' என்றான்.

'கிடைக்கும் டிபிஜி.'

'நீ பாத்தியா மாட்டை? கன்னுக்குட்டி ஏதும் இல்லையே?'

'இல்லை' என்று சொல்லிவிட்டு, அவசரத்தில் ஓடி வந்து, வரதனிடம் புகையிலைப் பொட்டலத்தைக் கொடுத்து 'இப்ப என்னை விட்டுரு வரதா' என்றேன்.

‘எங்க? நாப்பத்து எட்டு செகண்ட் ஆயிடுத்தே?’ என்று தன் வாட்சைப் பார்த்துச் சொல்லி, ‘புதன் கிழமை வந்துவிடு’ என்று சொன்னான். ‘இத பார்றா உன் கர்ள் ஃப்ரண்ட்! என்னடி நீ எச்சுமி பொண்ணுதானே! உங்கம்மாவை விசாரிச்சதா சொல்றியா? தாவணி போட்டுண்டிருக்கியா?’ என்று பள்ளிக்கூடம் போய்க் கொண்டிருந்த கமலியின் கன்னத்தைக் கிள்ள, அவள் ‘போங்க மாமா’ என்று ஓடினாள்.

‘இவம்மாவை நான் மொட்டை மாடில சொல்லிச் சொல்லி...’ என்று வரதன் ஏதோ ஆரம்பிக்க, எனக்கு ஸ்கூலுக்கு நேரமாகி விட்டதால் புறப்பட்டுவிட்டேன்.

தேசிகர் கிளாசில் எல்லாம் வயிற்றைச் சங்கடம் பண்ணியது. எப்படியாவது டிராமாவிலிருந்து தப்பித்துவிடவேண்டும். பாட்டி கேட்டால் கொன்று போட்டுவிடுவாள்.

புதன் கிழமை ரிகர்ஸலுக்கு என்னை அழைத்துப் போக ‘டாண்’ என்று வேம்பன் வந்துவிட்டான். நான் கொல்லைப்புறம் சந்தில் போய் இருந்தேன். ‘பாட்டி எதுக்குடா அழைச்சுண்டு போறே’ என்றதற்கு, ‘கோவிலுக்குப் பாட்டி! பெருமாள் சேவிக்க!’ என்று சொல்வது கேட்டது. புறக்கடைக்கே வந்து ‘டேய்! என்ன இது ஒளிஞ்சிண்டிருக்கறே, வரதனுக்குத் தெரிஞ்சா டின் கட்டிடுவான். உனக்காகத்தான் காத்திண்டு இருக்கா எல்லாரும். வந்துரு!’ என்றான்.

மாமியார் வீட்டுக்குப் போகும் குரங்கு போல அவன்பின் சென்றேன்.

வரதன் வீட்டு மாடியில் எல்லாரும் கூடியிருந்தார்கள். அந்தத் தாராமணி மெயின் கார்டு கேட்டிலிருந்து பஸ் பிடித்து வந்திருந்தாள்.

‘என்னது எல்லாம் சின்னப் பிள்ளைங்களா இருக்கே!’ என்றாள்.

எல்லாரும் தாராமணியையே கண் கொட்டாமல் பார்த்துக் கொண்டிருக்க, ‘இத பாரு, இவன்தான் தோழி’ என்று என்னைத் தாராமணிக்குக் காட்டினான். தாராமணி பெரிசாகப் பொட்டு வைத்திருந்தாள். முகம் உழுத மாதிரி இருந்தது.

‘பொட்டைப் புள்ளைப்போலத்தான் இருக்குது. சரிதான்! என்ன வரது.. இந்தப் பேரை மாத்திரேன்! என்ன அது, என்னது குஸுமா!

நல்லாவே இல்லையே! என்றதும், கொஞ்சம் பெரிய பையன்கள் சிரித்தார்கள். வரதன் அவர்களை அதட்டி, 'குஸுமான்னா தாமரைப் பூன்னு அர்த்தம் ஸம்ஸ்க்ருதத்திலே' என்றான்.

'தமிள்ல வேற அர்த்தம் ஆயிர்றதே? எதுக்குச் சொல்ல வறேன்னா சீரியஸா இருக்கற இடத்திலே சிரிப்பு வந்திருச் சுன்னா? அதுக்குத்தான்!'

பெட்ரோமாக்ஸ் வந்தது.

'சரி சரி' என்று வரதன், 'ஸ்கிரிப்ட் பார்த்துப் படிரா டேய்!' என்றான்.

அம்பி 'ஆயிரங்கோடி பொற்காசும் அழகுடைய நாடகக் கணிகை நங்கையர் ஆயிரவரும் உயர்ந்த பீதாம்பரமும்' என்று படிக்க, வரதன் நடுவில் உட்கார்ந்துகொண்டு அடிக்கடி தலையை ஆட்டிக்கொண்டு, இல்லாத மீசையைப் பின் கையால் நீவி விட்டுக்கொண்டு இருந்தவன், திடீர் என்று என்னைப் பார்த்து 'வாடா பின்னால்' என்று அழைத்து, 'டேய்! கீழே போய் ஒரு விசிறி எடுத்துண்டு வாடா' என்றான்.

கொண்டு வரப்பட்ட பனை விசிறியை 'டிராமால, இதைவிடப் பெரிசா இருக்கும். இப்ப சத்தியத்துக்கு இதை விசிறு' என்று என்னைப் பின்னால் நிற்கவைத்து, தோழியாக மெல்ல விசிறச் சொன்னான். திடீர் என்று வேம்பன் என்னைப் பார்த்து 'அடி திலகவதி' என்று கீச்சுக் குரலில் கூப்பிட்டதை வரதன் கட்டுப்படுத்தினான்.

'ஒண்ணும் இல்லைடா. நீ சும்மா இந்த மாதிரி விசிற வேண்டியதுதான்' என் சகாக்கள் முன்னாலே நிற்கவே வெட்கம் பிடுங்கித் தின்னும்போது, சபையில், அதுவும் பெண் வேஷத்தில் என்று நினைத்ததுமே கதிகலங்கியது. அப்புறம் அந்த திருச்சி தாராமணி வேறு மற்ற பேருடன் சேர்ந்துகொண்டு, என்னைக் கலாட்டா செய்து, உச்சி மோந்து 'தோழி!' என்று கன்னத்தை அடிக்கடி கிள்ளிக்கொண்டிருந்தாள். ஒன்றும் நன்றாக இல்லை. எதிரே மற்றொரு பாட்ச் அட்டையில் உடைவாள் வெட்டி, அதில் சில்வர் பேப்பர் ஒட்டிக் கொண்டிருந்தார்கள்.

இந்த இடத்தில் வரதனின் கலை, இலக்கிய வாழ்க்கையைப் பற்றி ரெண்டு வார்த்தை சொல்லவேண்டும்.

கொஞ்ச நாள் முன்பு மோர்சிங் கற்றுக்கொள்கிறேன் என்று ஆரம்பித்து, மூன்று மாசம் கொங்கி கொங்கி என்று கெந்திக் கொண்டிருந்தான். நாக்கு தடித்துப் போயிருந்ததால் அதை விட்டு விட்டான்.

இலக்கியத்தைப் பற்றிய வரையில் 'பேசும் படத்தில்' அவன் கேட்ட கேள்வி ஒன்று வந்திருக்கிறது. சுந்தரிபாய் நடித்த 'கண்ணம்மா என் காதலி' படத்தைப் பற்றி. அப்புறம் அரு.ராமநாதன் ஆசிரியராக இருந்த 'காதல்' பத்திரிகையில் சலனம் என்று ஒரு கதை, ஜி.வி. என்று போட்டு வந்திருந்தது. அது தான்தான் எழுதியது என்று சாதித்தான். சில வேளை எங்களை எல்லாம் சுற்றி வர உட்கார வைத்து, புதுமைப்பித்தன், கு.ப.ரா., பாரதிதாசன் என்று படித்துக் காண்பிப்பான். 'கற்பு கற்பு என்று கதைக்கிறீர்களே, இதுதான்யா பொன்னகரம்' என்று ஆக்ஷன் கொடுத்துப் படிப்பான்.

கலையைப் பொறுத்தவரை கிருஷ்ண ஜெயந்திக்கு ஒரு ஸ்டூலைக் கவிழ்த்து, நாலு பக்கமும் பிளைவுட் அடித்து, உள்ளே ரச குண்டு ஜரிகை நெளி எல்லாம் தொங்கவிட்டு கிருஷ்ணருக்கு அலங்காரம் பண்ணி, எங்களைச் சித்திரை நாலு வீதியும் தூக்கிக் கொண்டு போகச் சொல்லுவான். அதோடு சரி.

இப்போது 'வீரசிம்மன்.' அது எந்த மாதிரி நாடகம் என்பது எனக்கு ரிகர்சலில் பிடிபடவில்லை.

'வீரசிம்மன்' மே மாசம் 5ஆம் தேதி ஹை ஸ்கூல் ஹாலில் நடக்க ஏற்பாடாகியிருந்தது. சேர்மன் வந்து தலைமை தாங்குவதாக இருந்தது. அவர் கடைசி நிமிஷத்தில் ஹைட்ராஸில் ஆப்பரேஷனுக்குப் போய்விட்டதால், வடக்கு சித்திரை வீதி பட்டாவைக் கூப்பிட்டார்கள். அவன் வண்டி கட்டிக்கொண்டு நாலு மணிக்கே தலைமை தாங்க வந்துவிட்டான்.

நான் மேக்கப்புக்குப் போன போது மணி ஆறு இருக்கும். டிக்கெட் நிறைய விற்றிருந்தார்கள் போலும். அப்போதே கணிசமான அளவுக்குக் கூட்டம் இருந்தது.

பால்காரர்கள் நிறைய பேர் வந்திருந்தார்கள் குவளையும் கயிறுமாக. 'பசு மாடு பரிசு' என்பதே ஒரு புதுமையாகி, ஊரே கொல்லென்று போய்விட்டதாகப் பட்டா சொன்னான். பசு மாடு நிசமாகவே கொட்டகை வாசலில் கட்டியிருந்தது. நன்றாகக்

குளிப்பாட்டப்பட்டு, நெற்றியில் குங்குமம் பெரிசாக இட்டுக் கொண்டு, கொம்புக்கு வர்ணம் பூசி, பக்கத்தில் கன்றுக் குட்டியுடன், நெர்வஸாக அடிக்கடி சாணி போட்டுக்கொண்டு எல்லார் பார்வைக்கும் வைக்கப்பட்டிருந்தது.

மாட்டைப் பார்த்ததும் நாடகம் பார்க்கலாமா, வேண்டாமா என்று தயங்கிக்கொண்டிருந்தவர்கள் சிலர் தீர்மானித்து ஓட்டைக்குள் கைவிட்டு டிக்கெட் வாங்கினார்கள். நான் போன போது வரதன் கைக்கடிகாரத்தைப் பார்த்துக் கொண்டிருந்தான்.

'எங்க இந்த தாராவை இன்னும் காணோம்? வாடா டேய்! வா! ஏன் நீ கூட லேட்டா வரியா! ஏய் முத்து, இவனுக்கு மேக்கப் போடு! தோழி வேசம். தாரா! அப்பா... வந்தியா! எங்க காலை வாரி விட்டுருவியோன்னு பயமா போய்டுத்து. இப்பவே எவ்வளவு கூட்டம் பார்த்தியா!'

நான் ஹெட்மாஸ்டர் மட்டும் உபயோகப்படுத்தும் மாடிப் படி வழியாக ஏறி ஸ்டேஜ் என்ட்ரன்ஸின் உள்ளே சென்றேன்.

பரபரப்பாக இருந்தது. வேம்பன் மீசை தீட்டிக்கொண்டிருந்தான். அம்பியை ஜிலுஜிலு என்று சேனாதிபதியாக்கிக் கொண்டிருந் தார்கள். ஒரு ஆர்மோனியப் பெட்டி இருந்தது. சிம்மாசனத்துக்கு இப்போதுதான் தங்கம் ஒட்டிக் கொண்டிருந்தார்கள். ஆர் மோனியக்காரர் கையில் எதையோ தேய்த்து உருட்டி, வாயில் அடைத்துக்கொள்வதை 'அபினி' என்று சொன்னான் கேவி. என்னைச் சட்டையைக் கழற்றச் சொன்னார்கள். 'ஏண்டா பனியன் போட்டுண்டு வர மாட்டியோ..'

'விட்டுர்றா, வேண்டாம்டா.' அதற்குள் வரதன் மேற்பார்வைக்கு வந்துவிட்டான்.

'யார்றா அழறது? சீ அசடு! இதுக்கெல்லாம் அழலாமோ!' என்னை அறியாமல் என் கன்னத்தைப் பலபேர் சுத்தம் செய்ய, பஃப் வைத்து பவுடர் அடித்து, அதே சமயம் கண்ணுக்கு மையும் நெற்றிக்குப் பொட்டும் இட்டார்கள். தலை மேல் என்னவோ கட்டி, ஜடை பில்லை குஞ்சலம் எல்லாம் வைத்துப் பின்னி விட்டார்கள். பனியனைப் போட்டுவிட்டு அதற்குள் முதலில் இரண்டு கர்ச்சீப்புகளைத் திணித்துப் பார்த்து, போறாது என்று சொல்லி, இரண்டு பூப்பந்து வைத்துப் பார்த்து அதுவும்

நிராகரிக்கப்பட்டு, அவசரமாக டிபிஜி கடைக்கு ஒருத்தன் ஓடிப் போய் இரண்டு ரப்பர் பந்து வாங்கி வந்தான். 'இதாண்டா சரி' என்று என் மார்பில் திணித்தார்கள். பட்டில் பாவாடை கட்டி விட்டு, அதன் மேல் மெலிசாக மேலாக்குப் போட்டு, ராஜபுத்ர ராஜகுமாரி போலத் தலைமேல் கொண்டு வந்து, இடுப்பில் செருகி...

'எதுக்குடா அழறே? கன்னங்கன்னம்மா இழைச்சுருவேன். பவுடர் எல்லாம் கரைஞ்சு போச்சு பாரு!'

தாராமணி 'அழாத தம்பி! நல்லா அழகாவே இருக்கே!' என்றாள். அம்பி மேலும் கீழும் நடந்துகொண்டே பரீட்சைக்குக் கடைசி நேரம் போல 'ஆயிரங்கோடி பொற்காசும்..' என்று திருப்பித் திருப்பிச் சொல்லிப் பார்த்துக்கொண்டிருந்தான்.

வேம்பன் என்னைப் பார்த்து, 'ஹை' என்று ஆச்சரியப்பட்டான். வரதனும் உள்ளே வந்து 'சபாஷ்!' என்றான். 'என்ன தாரா! கூட்டத்தைப் பார்த்தியா? நான் மேக்கப்புக்குப் போக வேண்டியதுதான்.'

கோயிலிலிருந்து பெரிசாக ஒரு சாமரம் கொண்டு வந்ததை என்னிடம் கொடுத்து, டிரையல் பார்க்கச் சொன்னார்கள். அதை எடுத்ததும் கரப்பான் பூச்சி ஓடி என் மாராப்புக்குள் புகுந்து கொண்டுவிட 'கர்ட்டன் கர்ட்டன்! கர்ட்டன் தூக்கப் போறாங்க!'

அந்த நாடகத்தைச் சம கால இலக்கியம் எதிலும் வகைப்படுத்து வது கஷ்டம். அது முழுக்க முழுக்க சரித்திர நாடகம் இல்லை. அதை இரண்டு பாகமாகப் பிரிக்கலாம்! வீரசிம்மனின் கதையில், வீரசிம்மன் போரில் தற்காலிகமாகத் தோற்றுப் போய், பக்கத்து நாட்டில் சங்கிலியால் பிணைக்கப்பட்டு சபைக்குக் கொண்டு வரப்படுகின்றான். கப்பம் கட்ட மறுக்கிறான். அந்த நாட்டு ராஜகுமாரி குஸுமா செண்டாடும்போது சன்னல் வழியாகப் பார்த்து மையல் கொண்டே பாடுகிறாள்.. இப்படிப் போகிறது கதை.

காட்சி மாறும்போது, மேடையின் முன் பக்கத்தில் பஸ் ஸ்டாண்டும் வீதியும் வரைந்து, படுதாபோட்டு, இரண்டு பேர் காமிக் செய்யும் 'சமூக' பகுதியும் இருந்தது. மூக்குப் பொடி போட்டுக்கொள்வதைப் பற்றித் தமாஷாகப் பேசினார்கள்.

அப்புறம் 'சகுந்தலை' படத்திலிருந்து எம்.எஸ். பாடிய 'எந்தன் இடது தோளும் கண்ணும் துடிப்பதென்ன? இன்பம் வருகுதென்று சொல் சொல் சொல் கிளியே..' என்பதை மொழி பெயர்த்து, மெட்டு மாறாமல்.

'மை லெஃப்ட் ஹாண்ட் ஷோல்டரும் ஐயும் துடிப்பது ஒய்?

ப்ளெஷர் வருகுதென்று டெல் டெல் டெல் பாரட்டே' என்று பாடினார்கள்.

முன் வரிசையில் லேசாகச் சிரித்தார்கள்.

நான் நடித்த முதல் காட்சிவந்தது. வீரசிம்மன் சிம்மாசனத்தில் உட்கார்ந்திருக்க, படுதா ஓரத்தில் நின்றுகொண்டு நான் விசிற என்னை ஐஸால் பண்ணி வைத்தது போல உணர்ந்தேன். நாலு விசிறு விசிறினதும் தைரியம் வந்துவிட்டது.

சுற்றும் முற்றும் பார்த்தேன். முதல் வரிசையில் கோடியில் சில்க் சர்ட்டும் மீசையுமாக இருந்த ஒருவர் என்னைப் பார்த்துக் கண்ணடித்தார். சட்டென்று வரதனைப் பார்த்து, சற்று வேகமாக விசிற ஆரம்பித்தேன். திடீர் என்று கொட்டகை பூரா விசில் கேட்க, நான் என்ன ஏது என்று தெரியாமல் வரதன் என்னை ஏன் முறைக்கிறான் என்று தெரியாமல் இன்னும் பலமாக விசிற, வேம்பனுக்குப் பார்ட் இல்லாததால் என்னை சைடாக இழுத்து மேலாடை விலகியிருந்ததைச் சரி பண்ணி அனுப்பினார். ஆட்டம் பாதியிலேயே 'வீட்டுக்குப் போகணும் பிரைஸ் கொடு பிரைஸ் கொடு' என்று மக்கள் கலாட்டா செய்து, கை மணி அடித்து இண்டர்வல் விட்டார்கள்.

நான் திரை வழியாகச் சற்றே எட்டிப் பார்த்தபோது அந்தச் சில்க் ஆசாமி மறுபடி கண்ணடித்தார்.

பிரம்பு நாற்காலி போட்டு, பட்டாவை உட்கார வைத்து, ஒரு தகரப் பெட்டிக்குள்ளிருந்து குலுக்கி 3846 என்று நம்பர் சொன்னார்கள். உடனே சபையோரிலிருந்து ரங்கசாமி எழுந்து வந்து 'டிக்கெட் என்னுது' என்று சொல்லி ஓடிவர, முன் வரிசையில் தகர நாற்காலிகளை நகர்த்தி, பசு மாடு வர வழி பண்ண, அது உள்ளே நுழைய மறுத்ததால் கதவருகிலேயே பரிசளிப்பு விழா நடைபெற்றது.

அந்த நாடகம் முற்றுப் பெறவில்லை. திடீர் என்று வெளியே ரகளை.

நான் க்ரீன் ரூம் ஜன்னல் வழியாக எட்டிப் பார்த்தபோது கீழ்வரும் உரையாடல்:

'என்ன ரங்கசாமி! இதே மாதிரி காராம் பசு உங்கிட்ட ஒண்ணு இருக்குதில்லை?'

'கிட்டத்தட்ட இதே மாதிரிதான்.'

'இல்லை. இதேதான் போல இருக்கு! தேமல்கூட சரியா இருக்கு. கன்னுக்குட்டி கூட அதே கலர்தான்! ரங்கசாமி. உண்மை என்ன? சொல்லு விஷயத்தை!'

'அது வந்துங்க.. ரெண்டு பசுவும் ரெட்டை!..'

'இரு வரதா! நீ என்னவோ ஏக்கிறேன்னு தோணுது. ரங்கசாமி தனியா வரியா!'

ரங்கசாமியின் கழுத்தைச் சுற்றி சவுக்கத்தைப் போட்டு முறுக்கி தனியாக அழைத்துச் சென்றதில், அவன் எல்லாவற்றையும் கக்கி விட்டதாகத் தெரிந்தது.

பசு மாடு, வரதன் வாங்கி வந்தது இல்லையாம். டெம்பரவரியாக ரங்கசாமியிடமிருந்து வாங்கி வந்து ரங்கசாமிக்கே பரிசு விழும்படி ஏதோ ஒரு செட்டப் போல! ரங்கசாமியின் பக்கத்து வீட்டுக்காரன் நாடகத்துக்கு வந்திருந்ததால் விஷயம் சட்டென்று வெளியே வந்துவிட்டது.

'பணத்தைத் திருப்பிக் கொடு' என்று கூச்சல். தம் தம் என்று தகரக் கூரை மேல் கற்கள் விழுந்தன.

வரதன் தலைதெறிக்க உள்ளே ஓடிவந்து, 'அவ்வளவுதான் டிராமா! எல்லாரும் ஆத்துக்குப் போங்கோ!' என்று சொல்லி விட்டுச் சிட்டாய்ப் பறந்து போனான்.

எனக்குப் பனியனையோ பந்தையோ கழற்றச் சமயமில்லாமல் பாவாடையுடன் ஓடினேன். குறுக்கே சில்க் ஆசாமி மேடைக்கு வந்து, என்னைத் தடுத்து 'வா கண்ணு' என்றார். 'ஸார். நான் பையன் ஸார். பையன் ஸார்' என்று சொல்லிக்கொண்டே மாடிப் படியில் சரிந்து இறங்கி ஓடி, கொள்ளிடம் ரோடு வழியாக

வேஷத்தைத் துறந்து, இருட்டில் வீட்டுக்கு வந்து சேர்ந்தபோது மணி பதினொன்று. பாட்டி, 'இதோ நாளைக்கே உங்கப்பாவுக்கு லெட்டர் போடுகிறேன்' என்று கொதித்தாள்.

மறுநாள் வரதனை வீட்டில் காணவில்லை. மகேந்திர மங்கலம் போயிருக்கிறதாகச் சொன்னார்கள். அதன்பின் வரதனைச் சந்தித்ததாக ஞாபகமில்லை. 'வீரசிம்மனில்' நடித்ததற்காக எனக்கு ஒப்பந்தப்பட்ட அந்தப் படங்கள் காட்டப்படவே இல்லை.

இதெல்லாம் நடந்து போய் முப்பது வருஷங்களுக்குப் பிறகு, சமீபத்தில் சீரங்கம் போயிருந்தபோது வரதனுடன் வரதன் வீடு காணாமல் போயிருந்தது. பாத்திரக் கடை நாராயணசாமி அதை வாங்கி, இடித்துக் கட்டி, முகத்தை மாற்றி, போஸ்டல் சூப்ரண்ட் ஆபீசுக்கு வாடகைக்குவிட்டுவிட்டார். வீட்டின் முகப்பில் தகர போர்டில் அரசாங்கம் தெரிந்தது.

வரதன் தன் பையனுடன் பம்பாயிலோ, எங்கேயோ வயதாகிப் போய் இருப்பதாகக் கேள்விப்பட்டேன். இறந்துகூடப் போயிருக்கலாம். அவன் உயிரோடு இருந்தாலும் அவன் காலத்தில் இருந்த ஒரு விதமான ஃப்யூடலிஸமும், சவடால் தனமும், உல்லாசமும், வீழ்ச்சியும், கவிதையும் கலந்திருந்த அந்த சகாப்தம் இறந்துவிட்டது என்றுதான் சொல்லவேண்டும்.

8. ஏறக்குறைய ஜீனியஸ்

சிவில் ஏவியேஷனில் சேர்வதற்கு முன்னால் நான் மூன்று மாதம் ரங்கநாத் கம்பெனியில் சேல்ஸ் எக்ஸிக்யூட்டிவ்வாக வேலை பார்த்ததைச் சொல்றேன். அதற்கு நீங்கள் 'புல் ஸூட் மாப்பிள்ளை' என்று பெயர் பெற்றுவிட்ட துரைசுவாமி என்பவரைத் தெரிந்துகொள்ளவேண்டும். பத்மனாப அய்யங்கார் வீட்டுக்கும், சக்கரத்தாழ்வார் வீட்டுக்கும் இடையில் அவசரமாகச் செருகினது போல் ஒரு வீடு இருக்குமே, அந்த வீட்டுப் பாப்பாவைக் கல்யாணம் செய்துகொண்ட துரைசுவாமி.

பாப்பாவை அம்மிணி என்று யாரும் நிஜப் பெயர் வைத்துக் கூப்பிட்டதாக ஞாபகம் இல்லை! அவளுக்கு ஒருவழியாகக் கல்யாணம் ஆனதில் எங்களுக்கெல்லாம் சந்தோஷம். மேற்குறிப்பிட்ட வீடு அவள் அம்மாவின் சொந்த வீடு. அப்பா கிடையாது. லால்குடியில் ஒரு மாமாதான். வாரா வாரம் பாப்பாவைப் பெண் பார்க்க ஒற்றை மாட்டு வண்டியில் மாப்பிள்ளையை அழைத்து வருவார். பாப்பாவும் வாரம் தவறாமல் பட்டுப் புடவை உடுத்திக்கொண்டு, நமஸ்காரம் பண்ணிவிட்டு, பாட்டுத் தெரியுமா என்று கேட்டால், பிடிலை எடுத்துக்கொண்டு 'வரவீணா' வாசித்துக் காண்பிப்பாள். வாரந் தவறாமல் பல்லவியிலேயே ஒரு இடம் 'கிறீச்'சென்று தடுக்கும். (பாப்பாவுக்கு

‘எண்ணி எண்ணிப் பார்க்க மனம் இன்பம் கொண்டாடுதே’ வாசிக்கத் தெரியும். அது இன்னும் மோசம்). மாப்பிள்ளை வீட்டார் ஊருக்குப் போய்ப் பதில் போடுகிறேன் என்று சொல்லி, பதிலே போடமாட்டார்கள். இதனால் ஆண்கள் சமுதாயமே மோசம் என்று பாப்பாவுக்கு வெறுப்பு வரவில்லை. அடுத்த வாரத்துக்கு, அடுத்த நம்பிக்கைக்குத் தயாராவாள். இந்தத் தடவை பட்டணத்துக்குக் கூட்டிப்போய், வயலின் வாசிக்காமல் பெண் பார்த்ததாகத் தெரிந்தது. எப்படியோ கல்யாணம் நிச்சயமாகிவிட்டது.

லால்குடியில் நடந்த அந்தக் கல்யாணத்துக்கு என்னால் போக முடியவில்லை. இண்டர்வ்யூ. பாப்பாவைக் கல்யாணம் பண்ணிக்கொண்ட மாப்பிள்ளை வரப்போகிறார் என்று கீழச் சித்திரை வீதியே பரபரப்பாக இருந்தது. மாப்பிள்ளை கார் எல்லாம் வைத்திருப்பதாகவும், பிக்கல் பிடுங்கல் இல்லாத குடும்பம், ஏகாந்திரத்துக்குச் சொத்து, சீரங்கத்தில் ஒரு இண்டஸ்ட்ரி வைக்கப்போகிறார் என்றும் தெரிந்தது. அதில்தான் என் முதல் வேலை கிடைத்தது.

மாப்பிள்ளை வந்த தினத்தை என்னால் மறக்கமுடியாது. தேர்முட்டியிலிருந்தே டகடக் டகடக் என்று சப்தமிட்டுக் கொண்டு, ஒரு ஃபோர்டு கார் பின் பக்கம் வழித்தாற் போல் இருக்குமே அதுவந்து நின்றது. அதிலிருந்து மாப்பிள்ளை துரைசாமி ஆஜானுபாகுவாக இறங்கினார். பாப்பாவுக்குப் பொருத்தமில்லை என்று வத்ஸலா சொன்னது வாஸ்தவம்தான். கோட்டு-டை-பாண்ட் எல்லாம் போட்டிருந்தார். கார் கதவைச் சாத்தினதும் அதிர்ச்சியில் இந்தப் பக்கக் கதவு திறந்து கொண்டது. காரின் மூக்கைத் திறந்து, கொஞ்சம் காற்றாடவிட்டு, பெரிய பெரிய பெட்டிகளை எல்லாம் இறக்கிவைத்து வீட்டுக் குள் போனார். வீதியே முகங்களாகப் பார்த்துக் கொண்டிருக்க, கொஞ்ச நேரத்தில் சரிகை வேட்டிக்கு மாறிக் கொண்டு பாப்பாவை முன் சீட்டில் உட்காரவைத்துக்கொண்டு கோயி லுக்குப் போனார்.

சில நாள் கழித்து டொம் டொம் என்று அவர்கள் வீட்டில் சப்தம் கேட்க, வெளியே வந்து பார்த்தால் போர்டு மாட்டிக் கொண் டிருந்தார்கள்.

ரங்கநாத் அண்ட் கோ.

மான்யுஃபாக்சரர்ஸ், கன்ஸல்டண்ட்ஸ். ஆர். துரைசுவாமி எம்.ஐ.ஐ.இ. (ப்ரொப்) என்று.

கன்ஸல்டண்ட்ஸ் ஸ்பெல்லிங் தப்பாக இருந்தது. அதைக் கீழே நின்றுகொண்டே மேற்பார்வை பார்த்துக்கொண்டிருந்த துரை சுவாமி, பின்வாக்கிலேயே நடந்து எங்கள் வீட்டுக்கு எதிரே வந்தார். அறிமுகமில்லாமலேயே என்னிடம் 'எப்படி இருக்கு?' என்றார்.

'இது என்ன ஸார்?'

'புதுசா கம்பெனி ஆரம்பிச்சிருக்கேன். உன் பேர் என்ன?'

'ரங்கராஜன் ஸார். இஞ்ஜினியரிங் படிச்சுட்டு வேலை தேடிண்டு இருக்கேன்.'

இதற்குள் அம்மா வந்து 'காப்பி சாப்பிடறான்; ரங்கன் கடலை போய் அரட்டை அடிக்கிறான்; கிரிக்கெட் மாட்சுக்குப் போயிட றான்; இல்லை மத்தியானத் தூக்கம். மறுபடி சாயங்காலம் கடைக்குப் போய் எட்டு, எட்டரைக்குத்தான் வரான். நீங்க எங்காத்து மாப்பிள்ளை மாதிரி. பாப்பாவை குழந்தேலேருந்து எங்களுக்கெல்லாம் தெரியும். எம் பிள்ளைக்கு ஏதாவது வேலை பார்த்துக்கொடுங்களேன்' என்றாள்.

'கொடுத்துட்டாப் போச்சு, ஒரு சேல்ஸ் எக்ஸிக்யூட்டிவ் வேலை காலியாத்தான் இருக்கு. என்ன சப்ஜெக்ட்?'

'எலக்ட்ரானிக்ஸ் ஸார்.'

'அப்படியா, உடனே எலக்ட்ரானிக் ப்ராடக்ட் ஏதும் செய்யறதா இல்லை. எங்கிட்ட ஒரு புஷ்பல் சர்க்யூட்டும் ரெண்டு வால்வு சர்க்யூட்டும் இருக்கு. நானே டிஸைன் பண்ணது. அதை புரொடக் ஷனைஸ் பண்ணலாம். எதுக்கும் கம்பெனில சேர்ந்துரு. முதல்ல பேட்டண்ட் மெடிஸின்ஸ் பண்ணப்போறேன். கம்பெனி நெளிவு சுளிவெல்லாம் முதல்ல தெரிஞ்சுக்க. சீனிவாச நகர்ல ஃபாக்டரி வெக்கப் போறேன். இப்ப மாடில லாப் மட்டும் வெச்சிருக்கேன். சாயங்காலம் ஆத்துப் பக்கம் வா. அப்பாய்ண்ட் மெண்ட் லெட்டர் கொடுக்கறேன்' என்று சொல்லிப் போனார்.

அம்மா 'பாத்தியாடா, திருப்பதிப் பெருமாளுக்கு வேண்டிண்டது பலிச்சுடுத்து' என்றாள். எதிர்த்த வீட்டிலேயே வேலை

கிடைத்ததில் எனக்கு சந்தோஷமாகவே இருந்தது. டெல்லிக்கு எதற்குப் போகவேண்டும்? சாயங்காலம் அவர் சொன்னது போல லெட்டர் ஹெட்டில் 'வித் ரெஃபரன்ஸ் டு யுர் இண்டர்வ்யூ வித் அஸ்' என்று எகிறி எகிறி டைப் அடித்த ஒரு காகிதத்தை பாப்பா கொண்டுவந்து கொடுத்தாள். பாப்பாதான் மேனேஜிங் பார்ட்னர் என்று ரங்கநாத் அண்ட் கம்பெனிக்காகக் கையெழுத்துப் போட்டிருந்தாள். இருநூற்றம்பது ரூபாய் சம்பளம் என்று போட்டிருந்தது.

முதல் நாள் நான் எதிர்த்த வீட்டுக்கு வேலைக்குப் போனபோது, ஸார் லாபில் மாடியில் இருப்பதாகத் தெரிந்தது. மர ஏணி ஏறி அங்கே போனபோது அவர் பனியன் இல்லாமல் வேட்டியை டப்பாக்கட்டு கட்டிக்கொண்டு, ஒரு ஸ்டவ் மேல் பாத்திரத்தை வைத்து, அல்வா மாதிரி ஏதோ கிளறிக்கொண்டிருந்தார். காட்டமாகக் கற்பூர மணம் வந்தது. 'வந்தியா ட்யூட்டிக்கு? உடனே நீ என்ன பண்றே, வடக்கு வாசல் சின்னராஜு கடை இருக்கு பாரு. அங்கே போய் மெழுகுவத்தி வாங்கிண்டு வந்துரு.'

'சரி ஸார். எத்தனை, ஒண்ணா, ரெண்டா?'

'கடைல இருக்கிற அத்தனை மெழுகுவத்தியும் வேணும். வடக்கு வாசல் பூரா விசாரிச்சு எந்தக் கடைல மெழுகுவத்தி இருந்தாலும் வாங்கிண்டு வந்துரு அப்படியே, என்ன?'

'காசு?'

'பில் போட்டுண்டு வா. வவுச்சர் பாஸ் பண்ண உடனே பேமெண்ட் ஆயிடும். கம்பெனில அக்கவுண்ட் முதல்ல நேரா இருக்கணும். சின்னராஜுகிட்ட நான் சொன்னதா சொல்லு' என்றார்.

சின்னராஜு அதைக் கேட்டதும், 'தம்பி போன வாரம் வத்தி கொடுத்ததுக்கே பணம் வரலை. அவரு என்னதான் பண்றாரு, இத்தனை மெழுகுவத்தியை வெச்சுக்கிட்டு? கடைல இருக்கிறதே அம்பதுதான்' என்றான். எனக்கு அவை எதற்கு என்று சொல்லத் தெரியவில்லை. இருக்கறதைக் கட்டாக வாங்கிக் கொண்டு போய்ச் சேர்ந்தபோது லாபில் தரையெல்லாம் சின்னச் சின்ன தகர டப்பிகள் வரிசையாக அடுக்கி வைக்கப்பட்டிருந்தன. என்னைச் சட்டையைக் கழற்றச் சொன்னார். கொண்டுவந்த

மெழுவர்த்திகளை எல்லாம் பாத்திரத்தில் போட்டு, அவை சூட்டில் உடனே உருக, அவற்றின் திரிகளை உருவி உருவிப் போட்டுப் பச்சையாக ஏதோ அந்தக் கலக்கலில் சேர்க்க வாசனைத் தூக்கியடித்தது. என்னைக் கலக்கச் சொல்லிப் பாகுப்பதம் வந்ததும் கொஞ்சம் கொஞ்சமாக அதை அந்த டப்பிகளில் ஊற்றினார்.

'என்ன மருந்து ஸார் இது?'

'தலைவலித் தைலம், அம்ருதாஞ்சனம், குரு தைலம் எல்லாம் ஏக விலை விக்கறாங்க. இது டப்பி இருபது பைசா' என்று நூற்றுக்கணக்கான டப்பிகளை நிரப்பிக்கொண்டே பேசினார்! 'க்ளியரா நூத்தம்பது பர்ஸண்ட் ப்ராஃபிட் இருக்கு. தேச்சுப் பாரு. தலைவலி, ஜலதோஷம், வாய்வு, மூச்சுப் பிடிப்பு ஏன் மூலத்துக்குக்கூடத் தடவிக்கலாம். கொஞ்சம் மெந்தால் அப்புறம் குப்பைமேனி மாதிரித் தழை இருக்கும். ஏற்காட்டில் ஒண்டிதான் கிடைக்கும். அதுலதான் சூட்சுமம் இருக்கு.'

இப்போது அந்தப் பெட்டிகளைக் காகிதத்தில் ரப்பர் ஸ்டாம்ப் முத்திரை அடித்த (ரங்கா பெயின் பாம்) பைகளில் நிரப்பி ஒட்டச் சொன்னார். எனக்குத் தமாஷாகவே இருந்தது. எலெக்ட்ரானிக் ஸுக்கும் இதற்கும் என்ன சம்பந்தம் என்று சற்று உறுத்தினாலும் உற்சாகமாகவே ஒட்டினேன்.

'லோக்கல் சேல்ஸ் எல்லாம் நீ பார்த்துண்டுரு. நான் ஏரியா சேல்ஸ் பார்த்துக்கறேன். ரொம்பப் பரபரப்பா விற்பனை ஆயிண் டிருக்கு.'

இப்போது பைகளை, நூறு நூறாகப் பிரித்து அட்டைகளில் ஒட்டினோம். 'ஒண்டியாளா சமாளிக்க முடியவில்லை. அதுக் காகத்தான் உன்னை அப்பாயிண்ட் பண்ணிட்டே ன். ஒரு அட்டை ட்வெண்டி ரூப்பீஸ்க்குப் போகும். பன்னிரண்டு ரூபா வாங்கு போறும், முதல்ல. டிமாண்டை கிரியேட் பண்றதுக்கு கமிஷன் ஜாஸ்தி கொடுக்கணும். சாயங்காலம் நல்ல பாண்ட் சர்ட்டா உடுத்திக்கோ, டை இருக்கா? டை தரட்டுமா?'

'நானா?'

'ஆமாம். கீழ வாசல், தெற்கு வாசல் கடை எல்லாம் போன வாரம் போட்டது பறந்துபோச்சு. 'அய்யரே ஸ்டாக் எப்ப வரும்'னு

அரிக்கிறாங்க. அங்கங்க போய் பில் புக் போட்டுடு. வேணுங்கற அட்டையைக் கொடுத்துட்டுப் பணத்தை வாங்கிண்டு வந்துர வேண்டியதுதான்.'

சாயங்காலம் நான் சேல்ஸ் ட்ரிப்பிங் கிளம்பியபோது துரை சுவாமி அழுக்காக ஒரு தோல் பை கொடுத்தார். அதற்குப் பொருத்தமாக டை கட்டிக்கொண்டு நான் கீழ வாசலை நோக்கிப் புறப்பட, தெருவில் கொல்லைப் பக்கம் போயிருந்தவர்கள் எல்லாம் பாதியில் நிறுத்திவிட்டு என்னை வேடிக்கை பார்க்க வாசலுக்கு வந்துவிட்டார்கள்.

டிபிஜி கடையில்தான் முதல் அட்டை விற்றேன்; அதாவது விற்க முயன்றேன்.

'எங்க புல்ஸுட் அய்யரு?'

'அவர் ஏரியா போயிருக்கார். எத்தனை அட்டை வேணும் டிபிஜி?'

'என்ன அதுக்குள்ள வந்துட்டீங்க? போன வாரம் கொடுத்ததே இன்னும் ஒண்ணுகூடப் போகலையே!'

'அட்டையா, டப்பியா?'

'டப்பிப்பா? இத பாரு ஒண்ணே ஒண்ணு கிளிச்சுட்டேன். எனக்கே தலைவலியா இருந்ததுன்னு தடவிக்கிட்டேன். பாரு!' என்று நெற்றியைக் காட்டினான். நெற்றியெல்லாம் பொறிப் பொறியாக இருந்தது. 'ஒரே எரிச்சல். ஏதோ கந்தகம் சேர்க்கறார் போலிருக்கு. தெரியாத்தனமா ஒண்ணுக்குப் போறப்ப, தொட்டுட்டனா, பொறிப் பொறியாயிருச்சு. டாக்டராண்ட காட்டி இன்ஜக்ஷன் போட வேண்டியதாயிருச்சு!'

'நான் அவர்கிட்ட சொல்றேன். இப்ப எத்தனை அட்டை எடுத்துக்கறீங்க?'

'இத பாரு. இருக்கிற அட்டையைத் திருப்பி எடுத்துண்டு பணத்தைக் கொடுத்தா போதும். நான் சொல்றேன்னு கோவிச்சுக் காதே. பாப்பாரவங்களுக்கு இந்த பிஸினஸ்ஸெல்லாம் வராது. நான் ஏதோ ஸ்லேட்டு பலப்பம் வித்துக்கிட்டு இருந்தவன். தெரியாத்தனமா இந்த அட்டையைப் போய் வாங்கிட்டு..'

'அப்ப அட்டை வேண்டாமா? ஒண்ணாவது எடுத்துக்கயேன் டிபிஜி.'

டிபிஜியின் கண்கள் விரிந்து சிவப்பாயின. 'அடப் போய்யா, பன்னிப் பன்னிச் சொல்லிக்கிட்டிருக்கேன். நீ சொன்னதையே திரும்பத் திரும்பச் சொல்லிக்கிட்டிருக்கிறே!'

தெற்கு வாசலிலும் இதே மாதிரி வரவேற்புதான் இருந்தது. அங்கேயும், 'கஸ்டமர், கம்ப்ளெயிண்டுகள் இருந்தது. ஒரு கடையில் தலைவலி போயிருச்சு. ஆனா அதனால் உண்டான எரிச்சல் போகவில்லை' என்று சொன்னார்கள். ஏழு மணிக்குத் திரும்பியபோது என்னிடம், கொண்டுபோனதைவிட அதிகமாகவே அட்டைகள் இருந்தன. சில கடைகளில் வலுக்கட்டாயமாகத் திருப்பிக் கொடுத்து ரசீது பெற்றுக் கொண்டார்கள். 'பணம் மெள்ள வரட்டும். இதை எடுத்துட்டு போயிருங்க' ராத்திரி சாப்பிட்டபின் புரொப்ரைட்டருடன் இதை விவாதித்தேன். 'ஸார் இந்த மருந்து எப்படி அத்தனை விக்கறதுன்னு சொல்றேள்? நான் போன இடத்தில் எல்லாம் கம்ப்ளெயிண்ட்.'

'இல்லையே! நான் ஏரியா போயிருந்தேன். ரெண்டு அட்டை வித்துட்டேனே!'

'அது என்னமோ ஸார். போன இடத்தில் எல்லாம் 'எரியறது எரியறது'ங்கிறா. மான்யூஃபாக்சர்ல ஏதோ தப்பு இருக்கு.'

'அது வந்து, போன பாட்சில குப்பைமேனி ஜாஸ்தியா ஆயிடுத்து. அதனால் இருக்கும். கண்ட்ரோல் பண்ணிடலாம்.'

'எனக்கென்னவோ இது போகும்னு தோணலை' என்றேன் தலை வலியுடன்.

'கவலைப்படாதே, நீ சின்னப் பையன். முதல் ஏமாற்றங்களைத் தாங்கிக்கணும்கிறதுக்குத்தான் உன்னை லோக்கல் ரூட்டு அனுப்பிச்சு, புது ரூட்டெல்லாம் நான் எடுத்துண்டேன். பாரு ஒரு ஸ்கீம் வெச்சிருக்கேன். மருந்தோட 'போனஸ்ஸா' பல் பொடி ஃப்ரீயா கொடுக்கறோம்னு வெச்சுக்க. அப்ப மூவ் ஆகும் இல்லையா?'

'பல் பொடியா?'

‘பாரேன். நஞ்சன் கூடு பல்பொடியெல்லாம் பிச்சை வாங்கும் படியா ஒரு ஃபார்முலா வெச்சிருக்கேன். ரொம்ப சீப்பு, நாளைக்கு சின்னப் பசங்க ரெண்டு பேரை வரச் சொல்லி யிருக்கேன். நீ என்ன பண்றே..’

சின்னராஜு என்னைப் பார்த்து, ‘என்னய்யா, மெழுகுவத்தியா? திருச்சினாப்பள்ளியிலேயே ஸ்டாக் இல்லை’ என்றான்.

‘இல்லை. சின்னராஜு சாக்பீஸ் வேணும்’ என்றேன்.

‘எத்தனை ஒண்ணா ரெண்டா?’

‘ஐந்நூறு ஐந்நூறா ரெண்டு டப்பி.’

‘‘என்னது ரெண்டு டப்பியா! சீரங்கத்திலேயே அத்தனை சாக்பீஸ் கிடையாதேப்பா.’

‘நீ இருக்கிறதைக் கொடு. இந்தப் பத்து ரூபா அக்கவுண்டில் வரவு வெச்சுக்கச் சொன்னார்.’

‘பாக்கி நிறைய இருக்குதே!’

சாக்பீஸை எடுத்துக்கொண்டு நான் எங்கள் கம்பெனி லாபுக்குப் போனபோது சாவுக்கார் வீட்டுச் சிறுவன் கோவிந்ததாஸூம், நாராயணய்யங்கார் பேரன் பிச்சையும் ஓரத்தில் பின் கையைக் கட்டிக்கொண்டு நின்றுகொண்டிருந்தார்கள். அவர்கள் எதற்கு என்று புரியவில்லை. ‘கொண்டா, கொண்டா, லேட்டாயிடுத்து. இன்னிக்கு ட்ரிப் போறதுக்குள்ள எனக்குப் பல் பொடி தயாரிச்சாகணும்’ என்று வீட்டுக்குள் இருந்து எடுத்து வந்திருந்த குழவியை வைத்துக்கொண்டு, சாக்பீஸை வெண்ணையாக அரைக்கச் சொன்னார். அரைக்க அரைக்க அவர் சிவப்பாக ஏதோ சேர்மானங்கள் சல்லடையில் சலித்த பிற்பாடு கலக்கி, ஒரு மாதிரி பல்பொடி என்று சொல்லிக்கொள்ளும்படியாகப் பண்ணினார். தயாரித்த உடனே தரத்தைப் பரிசோதிப்பதற்காக கோவிந்த தாஸையும் பிச்சையையும் அழைத்துப் பல் தேய்க்கச் சொன்னார்.

‘கால்சியம், கிராம்புச் சத்து எல்லாம் கலந்து ஸ்பெஷல் ஃபார்முலா, தேச்சா பயோரியா வராது. பல்லு பளபளன்னு ஆயிடும்.’

கோவிந்ததாஸூக்குச் சரியாகத் தேய்க்க வராததால், அவரே சிண்டைப் பிடித்துக்கொண்டு தேய்த்துவிட்டார்.

'இதச் சின்னச் சின்னப் பாக்கெட்டில் போட்டு இலவசமாகக் கொடுத்தா பறக்காதே?'

'மாமா எரியுது!'

'முதல்ல சுருசுருன்னு இருக்கும். அப்புறம் பார், உன் பல்லை.'

பல்பொடியில் ஏதோ சாயச் சத்து இருக்கவேண்டும். கோவிந்த தாஸ் இயற்கையாகவே சிவப்பான பையன். பல் தேய்த்ததும் சாந்திக் கல்யாணப் பெண் போல உதடெல்லாம் செவேல் என்று ஆகிவிட்டது. என்னதான் கொப்பளித்து அலம்பினாலும் சாயம் போகாமல் அதனுடன் ஒருவிதமாக எரிச்சல் சேர்ந்துகொள்ள, கோவிந்ததாஸ் நாங்கள் கூப்பிடுவதையெல்லாம் அலட்சியப் படுத்திவிட்டு சாவுக்காரிடம் ஓடிவிட்டான். அவர் பஞ்சகச்சத் துடன் 'பத்மாஷ்' என்று இரைச்சலாக வாசலில் வந்து சப்தம் போட்டார். இந்தியில் ஏதோ பிரபலமாகப் பேசினார். எங்களைத் திட்டுகிறார் போல இருந்தது. வீதியில் போகிற வருகிற பேருக் கெல்லாம் கோவிந்ததாஸின் வாயைக் காட்டிக்கொண்டிருந்தார். பிச்சை எரிச்சல் தாங்காமல், 'விட்டுருங்கோ மாமா, எங்கப்பா பெல்ட்டாலே வீறிப்பிடுவா' என்று கெஞ்ச, துரைசுவாமி என்னை அனுப்பிவைத்தார். பத்மனாப அய்யங்கார் மத்தியத் துக்கு வர, தேர்முட்டி டாக்டரிடம் கோவிந்ததாஸை அழைத்துச் சென்றேன். அதனுடன் இலவசப் பல்பொடி சமாசாரம் கைவிடப்பட்டது.

அதன்பின் ஒரு தினம் சமயபுரத்துக்கு காரில் என்னை சேல்ஸ் ட்ரிப் அழைத்துச் சென்றார் துரைசுவாமி. போகும்போதே கார் சந்தேகக் கேஸாகத்தான் இருந்தது. குப்பென்று பெட்ரோல் வாசனை. கொள்ளிடம் பாலம் தாண்டியதும் ரெண்டுங்கெட்டானாகப் போக்குவரத்தை அடைத்துக்கொண்டு நின்று போனது. ஸார் அதன் இஞ்ஜினுக்குள் குனிந்து, உறிஞ்சி பெட்ரோலைக் கொப்பளித்துவிட்டு, 'இப்ப ஸ்டார்ட் பண்ணு' என்றார். ம்ஹூம்! நான்தான் பஸ் பிடித்து, திருவானைக்காவல் வந்து ஒரு மெக்கானிக்கை அழைத்துவர வேண்டியிருந்தது. அவன் அதனடியில் படுத்துக்கொள்ள மரத்தடியில் இளநீருடன் நாங்கள் உட்கார்ந்திருக்கிறபோது துரைசுவாமி வாழ்க்கையில் தன் னுடைய பிலாஸஃபியைப் பற்றிச் சொன்னார்:

'என்னைப் புரிஞ்சுக்க இந்த நாட்டில் அதிகம் பேர் இல்லை. நான் கண்டுபிடிச்ச சைக்ளோஜைரோவைப் பத்தி விமரிசிச்சு ஜே. பால்

ஜான்ஸன்னு ஒரு வெள்ளைக்காரன் கடுதாசி எழுதியிருக்கான். பார்த்தேன்னா அசந்து போயிடுவே (என்னிடம் அதை மூன்று முறை காட்டியிருக்கிறார்). உங்கள் கண்டுபிடிப்பை வியாபார ரீதியாகப் பயன்படுத்த என் மனச்சாட்சி இடம் கொடுக்கவில்லை. இத பார் ரங்கா, என்னைப் புரிஞ்சுக்கற காலம் வரும்போது என் ஐடியாவெல்லாம் ஜனங்கள் ஏத்துக்கறபோது, நீ என் அஸிஸ்டண்டா இருந்தேன்னு பெருமைப்பட்டுக்கலாம். என் பையாக்ரஃபியை எழுதலாம் நீ. தெரியுமா? மொத்தம் எங்கிட்ட தொண்ணூறு ஐடியா இருக்கு. சிலதெல்லாம் வெளில சொல்லவே பயமா இருக்கு, எங்கயாவது ஐடியாவைத் திருடிடு வானோன்னு. பேட்டண்டு ஆபீஸுக்கு மனுவே பதினஞ்சுதான் போட்டிருக்கேன்.'

'ஸார், இந்த கார்ல ரொம்ப வேலை இருக்குது. பேசாம வித்துருங்க. வீட்டுக்குத் தள்ளிட்டுப் போறதைவிட சீப்பா இருக்கும்!'

'நல்ல ஃபோர்டு ப்ரிஃபெக்ட் மாடல். என்ன விலைக்கு போகுங்கறே? சூப்பர் சார்ஜர் எல்லாம் போட்டிருக்கேன், ஏரோப்ளேன் மாதிரி.'

'நூத்தம்பது ரூபாய் வந்ததுன்னா பேசாம வித்துருங்க.'

காரைத் தள்ளிக்கொண்டே சீரங்கம் திரும்பும்போது, 'யாரையும் ஏமாத்தாதே. உண்மைதான். நான் அங்க இங்க கடன் வெச்சுப் பேன். பைசாவுக்கு இப்ப ரொம்ப முடைதான். ஆனா பைசா வந்தா என்னைப் பார்த்திருக்கியோல்லியோ? எல்லாருக்கும் சப்ஜாடா அக்கவுண்ட் செட்டில் பண்ணுவனா இல்லையா?'

'ஆமாம் ஸார்.'

அவர் ஏமாற்று வித்தைக்காரர் அல்ல. தன் கண்டுபிடிப்புகளின் சாத்தியங்களை உண்மையாகவே நம்பினார். சைக்கிள் சக்கரத்தில் ரேடியோ பாடும் என்று நம்பினார். காற்றில் கடிகாரம் ஓடும் என்றார். அவர் தொடாத துறையே இல்லை. பனியன் கிழிசல்களை அரை அரை என்று அரைத்துப் பால் பேப்பர் செய்து பார்த்தோம். சீனிவாச நகரில் தொழிற்சாலை ஏற்படுத்த காலி மனைக்கு அட்வான்ஸ் கொடுத்திருந்தார். என்னை வைத்து அங்கே ஒரு ரேடியோ ஃபாக்டரியும், மோட்டார் பம்ப் செட்டும், டெலிவிஷன் பயிற்சியும் அமைக்கத் திட்டம் போட்டிருந்தார்.

இதனிடையில் நான் இண்டர்வ்யூக்குப் போயிருந்த வேலை கிடைத்துவிட்டது.

'அப்படியா? என்ன சம்பளம் தரான்?'

'இருநூத்து எழுபத்தஞ்சு ஸார், முதல்ல அலகாபாத்ல ட்ரெய்னிங்.'

'வேலையை வேண்டாம்னு எழுதிப் போட்டுரு.'

'ஸார்! அது வந்து கவர்மெண்ட் உத்தியோகம்!'

'எதுக்கு வடக்கே போகணும்? நான் உனக்கு சீரங்கத்திலேயே நானூறு ரூபா போட்டுத் தரேன். இன்னிலேர்ந்து உனக்கு அஸிஸ்டண்ட் ஒர்க்ஸ் மானேஜரா புரொமோஷன்!'

'என்ன ஸார். செஞ்ச வேலைக்கு இன்னும் நீங்க சம்பளம் தரவே இல்லை' என்று சொல்லிவிட்டேன். அவர் காயம்பட்ட பார்வை யுடன், 'கம்பெனி ஆரம்பத்தில் இப்படித்தாம்பா இருக்கும்! இத பாரு, உனக்குக் கொடுக்க வேண்டிய சம்பள பாக்கிக்கெல்லாம் அக்கவுண்டு சரியா இருக்கா?'

நான் தலை ஆட்டினேன்.

'எல்லாத்தையும் உன்னைப் பார்ட்னரா ஆக்கறதுக்கு வரவு வெச்சிண்டிருக்கேன். நாளைக்கு பிரைவேட் லிமிட்டெட் கம்பெனியானதும் ஷேரா மாத்தித் தந்துரப் போறேனே! அவ்வளவுதான்! நீ என்ன பண்றே, போகாதே. எவ்வளவோ செய்யவேண்டியது எனக்குப் பாக்கியிருக்கு. என் ஐடியாக்களை எல்லாம் புரிஞ்சிக்கிறவன் நீ ஒருத்தன்தான். நீ போய்ட்டேன்னா எனக்கு கையொடிஞ்சாப்பல ஆயிடும். சொந்தப் பொண்டாட்டி மாமியார்கூட மதிக்க மாட்டேங்கறா. உலகத்தில் ஒரு ஜீனியஸா பொறக்கக் கூடாது. போகாதே. கார்த்தாலே யோசிச்சு எனக்குப் பதில் சொல்லு.'

காலை நான் வேலையைவிட்டு சர்க்கார் உத்தியோகத்தில் சேர்வதாகத் தீர்மானித்துவிட்டதைச் சொன்னதும், அவர் பார்வை என்னைத் 'துரோகி' என்றது. 'சரி! உன் இஷ்டம். பின்னால் ரொம்ப வருத்தப்படப்போறே. அவ்வளவுதான்.'

நான் வேலைக்குச் சேர்ந்து, ஊரூராகச் சுற்றி, மறுபடி சீரங்கத் துக்குப் போவதற்கு மூன்று வருஷங்கள் ஆகிவிட்டன. எதிர் வீடு

பூட்டியிருந்தது. புழுதியாக இருந்தது. ரங்கநாத் அண்ட் கோ போர்டு டிசம்பர் மாதம் அடித்த புயலில் பாதியாக மடங்கித் திரும்பிக்கொண்டிருந்தது. அவர்கள் எல்லோரும் ஊரைவிட்டுப் போய்விட்டதாகவும், மாப்பிள்ளை ரொம்ப நஷ்டப்பட்டு விட்டதாகவும் - பெரிசாக ஏதோ ஆரம்பித்தாராம், வீட்டை விற்று விட்டதாகவும் அதைப் பால் டிப்போக்காரர் வாங்கியிருப்பதாக வும் சொன்னார்கள்.

ரெண்டு நாள் கழித்து லால்குடி மாமா வந்திருந்தார். வீட்டை ஒப்புக்கொடுக்குமுன் உள்ளேயிருந்த கண்டா முண்ட சாமான் களை எல்லாம் எடுத்து வெளியே போட்டுக் கொண்டிருந்தார். அருகே சென்றேன்.

'என்ன மாமா எல்லாத்தையும் என்ன பண்ணப் போறீங்க?'

'எடைக்குப் போடப் போறேன், ஏதாவது வேணுமானா எடுத்துக்கோ.'

நான் கீழே போய்ப் பார்த்தேன். என்ன என்னவோ உதிரி சாமான் கள், மோட்டார் பொருத்தப்பட்ட நடை வண்டி, வெண்மையான மாவு போன்ற பவுடர் பாக்கெட்டுகள், ரேடியோ வால்வுகள், காரின் 'ஷாக் அப்சார்வர்' கட்டுக்கட்டாக ஃபைல்கள். 'அன்புள்ள துரைசுவாமி! அமெரிக்க தூதுவருக்கு நீங்கள் எழுதிய கடிதம் எனக்கு அனுப்பப்பட்டது. கடலின் நடுவில் மிதப்புகள் அமைத்து, புயலின் வருகையை எதிர்பார்த்துச் சொல்வதற்கு நீங்கள் குறிப்பிட்டிருக்கும் யோசனை படிக்க சுவாரஸ்யமாக இருந்தாலும் அமெரிக்க அரசாங்கத்துக்குத் தற்போது இதில் ஆர்வம் இல்லை என்பதைத் தெரிவித்துக்கொள்கிறேன்.' ஓர் உடைந்த டெலிபோன், ஸால்டர் அயர்ன், லென்ஸ், ஜெர்மன் மொழியில் புத்தகங்கள், சோழிகள், பல் சக்கரங்கள்.

'மாமா! மாபிள்ளை எங்க இருக்கார் இப்ப?'

'பட்டணத்தில் ஆஸ்பத்திரியில் அட்மிட் ஆயிருக்கார்!'

என்ன உடம்பு என்று கேட்கப் பயமாக இருந்தது. கீழே கிடந்த பெட்டி போல இருந்ததைத் தேர்ந்தெடுத்தேன். 'எடுத்துக்கோ. உனக்கு வேணும்னா வெச்சுக்கோ.'

அதை ஆராய்ந்தேன்.

ஏதோ ஸ்ப்ரிங் மெக்கானிஸம் போல இருந்தது. தேடி ஒரு சாவியை எடுத்து, சாவி கொடுத்துப் பார்த்தேன். கையை விட்டதும், அந்தப் பெட்டியிலிருந்து இனிமையாக டிங்டிங்டிங் என்று 'எண்ணி எண்ணிப் பார்க்க மனம் இன்பம் கொண்டாடுதே' பாடியது.

'ஜீனியஸ் ஸார்!' என்றேன்.

'அல்மோஸ்ட் எ ஜீனியஸ்' என்றார் லால்குடி மாமா.

வியப்புடன் மறுபடி அதற்கு சாவி கொடுக்க, இந்த முறை 'விரக்' என்று சப்தம் வந்து, அதனுள்ளிருந்து பற்பல பாகங்கள் தெறித்து விழுந்தன.

9. பேப்பரில் பேர்

(கிரிக்கெட் பற்றிக் கொஞ்சமாவது தெரிந்திருக்கவேண்டும்)

படிப்பு முடிந்து வேலை கிடைப்பதற்கு முன் கொஞ்ச காலம் சும்மா இருந்தேன். வேலை கிடைப்பதைப் பற்றி அப்போது சந்தேகங்களோ, கவலையோ இல்லை. எப்படியாவது யாராவது ஏமாந்து வேலை கொடுத்துவிடுவார்கள் என்கிற நம்பிக்கை இருந்ததால், இப்போதைய இளைஞர்களைப் போலக் கோபமும் கம்யூனிசமும் இல்லாமல் ஹாய்யாக ஸ்ரீரங்கத்தில் சில மாதங்கள் இருந்தேன். அம்மா காலையில் காட்டமாகக் காப்பி கொடுப்பாள். குடித்துவிட்டு, செய்தித் தாளை வரி விடாமல் படிப்பேன். காவேரிக்குப் போய்க் குளிப்பேன். பத்து மணிக்கெல்லாம் சாப்பிட்டுவிட்டு, பிற்பகல் காப்பி வரை அரட்டை அடிக்க ரங்கு கடைக்குப் போய்விடுவேன்.

ரங்கு கடை என்பதைக் கடை என்று சொன்னால், கடைகள் எல்லாம் கோவித்துக்கொண்டு கூட்டம் கூட்டி, நோட்டீஸ் விசிறி என்னைத் திட்டும். கீழவாசலில் ஸப்-போஸ்ட் ஆபீசாக இருந்த இடம். நாலைந்து கை மாறி, ஒருத்தருக்கும் செழிக்காமல் ரங்கு கடை போடலாம் என்று குத்தகை எடுத்த இடம். சுமார் ஆறுக்கு ஒன்பது அடி இடம். அதைப் பாதியாகச் சாக்கில் மறைத்து, அந்தப் பின்பாதி வருகிற சிநேகிதர்கள் சிலர் சிகரெட் குடிப்பதற்கும், கிடைத்தால் ஜிஞ்சர்பரிஸ் போன்ற கலக்கல்களைச்

சப்பிப் பார்ப்பதற்கும் இருட்டான இடம். முன் பாதியில் நாலைந்து பலகைகளால் செய்த நொண்டி ஸ்டாண்டு. அதில் பழைய சில ரெட் டின்களில் 'பலப்பம்' என்று சொல்லப்படும் 'ஸ்லேட்டுக் குச்சி', நாற்பது பக்கம் அன் ரூல்டு, நன்கு அழிக்கும் ரப்பர், வாய்பூரா லிப்ஸ்டிக் போட்டது மாதிரி பண்ணிவிடும் பப்பரமுட்டு, கொஞ்சம் உப்புக் கடலை.. இவ்வளவுதான் கடை.

இந்த மாதிரிப் பொருள்களை வியாபாரம் செய்து, எப்படிப் பிழைக்கமுடியும் என்று உங்களுக்கு யோசனை ஏற்படலாம். ரங்குவுக்கு ஒரு வீடு, கொஞ்சம் நிலம், கொஞ்சம் மனைவி எல்லாம் உண்டு. வசதியானவன். தன் மனைவியிடமிருந்து தினத்துக்கு ஒரு எட்டு மணி நேரமாவது தப்பிக்கிற ஆசையால் ரங்கு அந்தக் கடையை ஆரம்பித்திருந்தான். அதில் வேலை இல்லாத இளைஞர்கள் நாங்கள் அத்தனை பேரும் கூடுவோம்.

இன்றும் எப்போதும் போல காப்பி சாப்பிட்டுவிட்டு, குளித்து விட்டுப் பளபளவென்று ரங்கு கடைக்குப் போனேன். மேலவீதி அம்பி என்கிற சுந்தர் வந்திருந்தான்.

'தன்னன்னே' என்று அழுகிறாற்போல முகத்தை வைத்துக் கொண்டு பாடினான். 'ரங்கா! என்னடா ராகம் இது?' என்று கேட்டான்.

'ஆரபியா?'

'தேவகாந்தாரி! பல்லைப் பேத்துருவேன்.'

'வாடா இன்ஜினியர்!'

என்னைத்தான்.

நான் அவர்களுடன் அதிகம் பேசமாட்டேன். எது சொன்னாலும், என்ன கிண்டல் செய்தாலும் லேசாகச் சிரித்து மழுப்புவேன். அவர்கள் பேச்சைக் கேட்டுக்கொண்டிருப்பதில் எனக்கு இஷ்டம்.

'என்ன, வேலை கிடைச்சுதா?'

'இல்லை அம்பி!'

'அடுத்த வாரம் ஊர்ல இருக்கியோல்லியோ?'

‘ஏன்?’

‘தஞ்சாவூர் டீமோட கிரிக்கெட் மாட்ச்சு, ஐஸ்கூல் மைதானத்தில். உன்னை லெவன்ல போட்டிருக்கேன். காலேஜுக்கு ஆடிருக் கேன்னு சொன்னியே?’

சொல்லியிருந்தேன். ஆனால் ரிஸர்வாக இருந்ததைச் சொல்ல வில்லை.

‘தஞ்சாவூர் டீமா?’

‘ஆமா பெரிய டீம். கேவி ஏற்பாடு பண்ணியிருக்கான்!’

‘மொத்தம் நம்மகிட்ட பதினோரு பேர் இருக்காளா?’

‘தேத்திரலாம்! ஸ்கூல் பசங்களை ஒண்ணு ரெண்டு பேர் சேத்துக்கலாம்.’

‘என்னிக்கு மாட்ச்?’

‘வர ஞாத்திக்கிழமை. நீ நன்னா ஆடுவியோல்லியோ? உன்னைத்தான் நம்பியிருக்கேன்.’

‘சுமாரா ஆடுவேன்’ என்று ஜகா வாங்கினேன்.

‘பாட்ஸ்மனா, பவுலரா?’

‘ரெண்டும் சுமாரா.’

‘உங்கிட்ட பாட். பந்து ஏதாவது இருக்கா?’ பாட் என்றால் Bat.

‘ஸாரி இல்லையே!’

‘பந்து வெச்சிருக்கறவனா பாத்து ஒருத்தனை டீம்ல சேர்த்துக் கணும். நம்ம வரதன் வரேன்னான். மணச்ச நல்லூர் போயிருக் கான். இன்னிக்கு பிராக்டிஸ் ஆரம்பிச்சாகணும். வரப் போறது அயனான டீம்.’

‘கேவி ஒருத்தன் போதுமே.’

‘இல்லையே. இந்தப் பக்கம் ஸ்டாண்டு குடுக்கணுமே அவனுக்கு!’

சொல்லப்பட்ட கேவி நிஜமாகவே ரொம்ப சாமர்த்தியமான கிரிக்கெட் ஆட்டக்காரன். கச்சலாகத்தான் இருப்பான். அவனுக்கு ஏறக்குறைய எல்லா ஆட்டமும் ஒழுங்காக வரும். கிரிக்கெட்டில் அவன் பாட்டிங் பார்க்க அப்படி ஒன்றும் அழகாக இருக்காது. இருந்தாலும் எப்படியாவது பந்தைத் தேக்கி அடித்துவிடுவான். பௌலிங் ஒரு மாதிரி த்ரோ மாதிரி போடுவான். எப்படியாவது சலாக்காக விக்கெட் எடுத்துவிடுவான். அவன்தான் டீமுக்கு முதுகெலும்பு. மற்ற பேர் எல்லாம் எப்போதோ துணிப் பந்திலும் ரப்பர் பந்திலும் வீசி கிரிக்கெட் விளையாடியவர்கள்.

அப்போது கேவி வந்தான். கையில் ஒரு பழைய பாட் வைத்திருந்தான். அதில் பலவிதமான பாண்டேஜுகள் போட்டிருந்தன. 'சத்தியத்துக்கு இதுதான் கிடைச்சுது. பந்துக்கு ஏற்பாடு பண்ணியிருக்கேன்.'

'கேவி. மாட்சு நிஜ மாட்சா?'

'ஆமாடா! அம்பி சொல்லலை?'

'நிஜ மாட்ச் என்றால் ரப்பர் அல்லது துணிப் பந்தில்லாமல், நிஜமாகவே கிரிக்கெட் பந்தில். மாட் விரித்து, இரண்டு பக்கமும் ஸ்டம்ப் வைத்து, அம்பயர்கள் சகிதமாகப் பாதுகாப்புக்கு கிளவுஸ் எல்லாம் போட்டுக்கொண்டு ஆடுவது. அந்த மாதிரி மாட்சுகள் எல்லாம் சமீபத்தில் எங்களிடையே வழக்கொழிந்து போயிருந்தன. ஏதோ பால்காரர் இல்லாதபோது தெருவில் சுவரில் கரிக்கோடிட்டு ரப்பர் பந்து தொலையும் வரை ஆடுவோம்.

கேவி ஒரு திசையில் பார்த்துக்கொண்டு 'ரெண்டு நாளாவது ப்ராக்டிஸ் பண்ணுவியோல்லியோ? வரப் போறது பெரிய டீம்.'

'உனக்கேண்டா இந்த வம்பெல்லாம் கேவி. பெரிய டீம்னா எங்கயாவது எக்கச்சக்கமா பந்து போட்டு மர்ம ஸ்தானத்துல பட்டுரப் போறது!' என்றான் ரங்கு.

'அதெல்லாம் நான் பாத்துக்கறேன்.' என்னைப் பார்த்து, 'வரயோல்லியோ?' என்றான்.

'நெட் பிராக்டிஸ் போட்டு, நல்ல விளையாடறவங்களை செலக்ட் பண்ணேன் கேவி!'

‘செலக்ட்டாவது ஒண்ணாவது! பதினோரு பேருக்கே இங்க சிங்கியடிக்கிறது!.. நீ எதுக்கும் நாளைக்குச் சாயங்காலம் ஹைஸ்கூல் மைதானத்துக்கு வந்துரு! புறப்பாடு ஆயிருக்கும். பெருமாள் சேவிக்கப் போகணும்’ என்று விரைந்தான்.

கேவி கோயிலில் சில்லறை கைங்கர்யங்கள் எல்லாம் செய்வான். கூட்டத்தை விலக்க மாந்தோல் அடிப்பான். தேரின் போது பின்னால் கட்டை போட்டு நெம்புவான். டமாரம் அடிப்பான். முட்டுக்கட்டை போடுவான். வையாளியின்போது முன் வரிசையில் ஸ்ரீ பாதந்தாங்கியாக இருப்பான்.

எனக்கு அப்போதே தஞ்சாவூர்க்கார்களுடன் கிரிக்கெட் மாட்சைப் பற்றிக் கவலையாக இருந்தது. இதுவரை நான் ஆடிய கிரிக்கெட் எல்லாம் ஓரங்கட்டின கிரிக்கெட்தான். அதாவது பன்னிரண்டாவது ஆசாமி. அல்லது ஸ்கோரர் என்று ஒரு தடவை அம்பயர் ஆக இருந்தபோது, எங்கள் காலேஜ் கட்சி அதட்டிக் கேட்டார்களே என்று எல்.பி.டபிள்யூ.வுக்கு கைதூக்கி விட்டேன். அந்த பாட்ஸ்மன் ‘நீ வெளியே வருவில்ல’ என்று பேனா கத்தியைக் காட்டி முறைத்துவிட்டுப் போனான். ஆட்டம் முடிந்ததும் என்னை நாலு பேர் கக்கூஸ் கதவு வழியாக அடைகாத்துக் கடத்திக்கொண்டு போகவேண்டிய நிலை ஏற்பட்டு விட்டது. இப்போது மறுபடி என் கிரிக்கெட் திறமைக்குப் பரீட்சை! பார்க்கலாம். கேவி வருவதெல்லாம் பார்த்துக் கொள்வான். எனக்குச் சந்தர்ப்பம் வருவதற்குள் ‘டிக்ளேர்’ செய்து விடலாம். ஃபீல்டிங்கின் போது எங்கேயாவது டீப் தர்ட் மேனாக நின்றால் போயிற்று! தப்பித்துவிடலாம் என்று எண்ணிக் கொண்டேன்.

மறுநாள் அவசரமாகத் தயாரிக்கப்பட்ட ‘ஸ்ரீரங்கம் கிரிக்கெட் கிளப்’பின் முதல் வெள்ளோட்டம் பள்ளி மைதானத்தில் தொடங்கியது. கேவி கால் பாதுகாப்புக்காக இரண்டு பேடும் (Pad), கட்டை விரல் பகுதியில் ஓட்டையாக அதே ஏழ்மையுடன் பாதுகாப்புச் சாதனங்களும் திரட்டிவிட்டான். ஸ்டம்புகள் சிதைந்திருந்தன. சிங்க வாத்தியார் அன்றைக்கு மட்டும் ஸ்கூல் ஸ்டம்பு கொடுக்கிறதாச் சொல்லியிருக்கிறாராம். என்னைப் பந்து போடச் சொல்லி கேவியே பாட்டிங் பயிற்சி செய்தான். எகிறி எகிறி அடித்து முள்ளுச் செடிகளில் எல்லாம் போய் பந்து பொறுக்கச் சொன்னான். இருட்டினதும் எனக்கு பாட்டிங் கொடுத்தான். இரண்டே பந்தில் என் ஸ்டம்பைப் பெயர்த்து விட்டான். ‘கேவி நான் வரலைடா!’ என்றேன்.

‘பரவாயில்லை, தைரியமா ஆடு. சுமாரா ஆடுறியே!’

அம்பிதான் காப்டன். அவன் ஓரத்தில் உட்கார்ந்துகொண்டு வேடிக்கை பார்த்துக்கொண்டிருந்தான். சின்னச் சின்னப் பையன்களாக நான்கு பேர் உற்சாகமாகப் பந்து பொறுக்கிக் கொண்டிருந்தார்கள். ‘பாக்கி ப்ளேயர்ஸ் எல்லாம் வரலையா?’ என்று கேட்டதற்கு கேவி, ‘இவங்கதான் ப்ளேயர்ஸ்! இவன் பாட் கொண்டு வரான். இவனைச் சேர்த்துண்டுதான் ஆகணும்’ என்று ஒரு குழந்தையைக் காட்டினான்.

‘நிச்சயம் தோத்துப் போயிடுவோம்’ என்றேன்.

‘நீ ஏன் கவலைப்படறே? தோத்தா ஸ்கோர் ஏத்தறதுக்கு வேம்பு வரான். ஒரு பக்கம் எல்.பி.டபிள்யூ. கொடுக்கறதுக்கு அம்பயர் நம்பாளு! இதெல்லாம் தேவைப்பட்டாத்தானே!’

தஞ்சாவூர் டீம் ஞாயிற்றுக் கிழமை ஜங்ஷனில் ரயில் மாறி, பாசஞ்சர் பிடித்துவந்தார்கள். அம்பியும் கேவியும் நானும்தான் ஸ்டேஷனுக்கு அவர்களை வரவேற்கப் போயிருந்தோம். டீம் வந்து இறங்கினபோது எனக்கு வயிற்றில் புளியைக் கரைத்தது. ஒவ்வொருத்தரும் மாமா மாமாவாக, தடித்தடியாக இறங்கினார் கள். சிலர், கூடவே மனைவி மக்களையும் அழைத்து வந்திருந் தார்கள். எல்லோரும் பெரும்பாலும் ஆங்கிலத்திலேயே பேசி னார்கள். ‘பெரியவங்க யாரும் வரலையா தம்பி?’ என்று கேட்டார் இருக்கிறதிலேயே உயரமாக இருந்த ஒருத்தர்.

‘நாங்கதாங்க வந்திருக்கோம்.’

‘உங்க டீம் காப்டன் வரலையா?’

‘இதோ இவன்தான் காப்டன்’ என்று அம்பியை முன்னே தள்ளினான்.

‘இந்தப் பையனா?’ என்று அவர்கள் ஒருவரை ஒருவர் பார்த்து விஷமமாகச் சிரித்துக்கொண்டார்கள். ‘தம்பி! நாங்க விளையாட வந்தது ஸ்ரீரங்கம் பி டீமோட இல்லை!’ என்றார்.

‘ஏபி ஒண்ணும் கிடையாதுங்க. இருக்கறது ஒரே டீம்தான்’ என்றான் கேவி.

‘கிரிக்கெட் பால்தானே, கவர் பால் இல்லையே?’ என்றார் சிரிப்புடன்.

'கிரிக்கெட் பால்தான்.'

'இல்லை. ரொம்ப சின்னவங்களா இருக்கீங்களே, பெரியவங்கள் லாம் கிரவுண்டில இருக்காங்களா?'

'இல்லைங்க. இருக்கறதுக்குள்ள பெரியவங்க நாங்கதான்!'

'அப்ப ராம்கி வா போயிரலாம்! டீம் ரொம்ப தேசல். இவங்களோட எப்படி ஆடுறது?'

'பரவால்லை. ஆடிப் பாருங்க' என்றான் கேவி.

'எப்படி தம்பி ஆடறது? இத பார், ராம்கியைப் பார்த்தல்ல? தென் மண்டலத்திலேயே ஃபாஸ்ட் பௌலர். மண்டை கிண்டை எகிறிச்சுன்னா யார் பொறுப்பு? எங்களை போலீஸ் புடிச்சுக்கும். குழந்தைகளோட வெளையாட நாங்க வரலை. அத பாரு ஜான். எங்க விக்கெட் கீப்பர். உங்க மூணு பேத்தையும் இடுப்பில் தூக்கி வெச்சுப்பார்! சேச்சே, உங்ககூட நாங்க விளையாட முடி யாதுப்பா. என்னவோ ஸ்ரீரங்கம்னா பெரிய டீம்னு அந்த சாமி நாதன் சொன்னாரு. அதனாலதான் பிக்னிக் போற மாதிரி கிளம்பி வந்தோம். ராம்கி, வா பேசாம கோயில் பார்த்துட்டு திரும்பிப் போயிரலாம். ரொம்ப பொட்டி டீம் இது.'

நான் விக்கெட் கீப்பரைப் பார்த்தேன். ஆங்கிலோ இந்தியர். தன் மனைவி, சிவப்பு சிவப்பாக இரண்டு பெண் குழந்தைகளுடன் வந்திருந்தார். ஸ்டைலாக உதட்டில் சிகரெட் பொருத்தியிருந் தார். என்னைப் பச்சைக் கண்களால் பார்த்துச் சிரித்தார். 'வாட் ஆர் யூ? பாட்ஸ்மன், பௌலர்?' என்று நக்கலாகக் கேட்டார்.

கேவி 'அப்ப வர மாட்டிங்க?' என்றான்.

'சேச்சே, நான்தான் சொன்னேன்!'

'பயப்படறீங்களா?'

ராம்கி சிரித்தார்.

'பயந்தாங்குள்ளி! ஆட்டம் தெரியாம என்னவோ காரணம் சொல்லி தப்பிச்சுக்கப் பாக்கறீங்களா! பயந்தாங்குள்ளி! பயந்தாங்குள்ளி!' என்று இரைந்தான்.

'என்னடா சொன்னே?'

‘நாங்க எல்லா ஏற்பாடும் பண்ணிட்டோம். இப்ப போய் ஆட மாட்டேன்னு சொன்னா பயந்தாங்குள்ளின்னுதான் சொல் வோம்!’

அவர்கள் சிரித்துக்கொண்டே, ‘என்ன ராம்கி? சின்னப் பசங்களோட ஆடணுமா?’

‘வந்தது வந்தோம், பாத்துரலாமே.’

‘நீ ஃபுல் ஸ்பீட் போடாதே. பசங்க மேலே எக்கச்சக்கமா பட்டுதுன்னா பிராணனை விட்டுருவாங்க.’

‘அதெப்படி! பௌலிங்னா ‘பேஸ்’ போடத்தான் போவேன்!’

‘கமான் பாய்ஸ், லெட்ஸ் ஹேவ் ஃபன்’ என்று அவர்கள் கடைசியில் இசைந்தார்கள்.

எல்லோரும் பெரியவர்கள். துல்லியமாக வெள்ளை சட்டை, பாண்ட் எல்லாம் அணிந்திருந்தார்கள். அவர்கள் கொண்டு வந்த எல்லாம் புத்தம் புதுசாக இருந்தன. பாட்டில், விஜய் ஹஸாரே யின் கையெழுத்துப் பொறித்திருந்தது. புதுசாக பந்து, பளபள வென்று செங்கல் சிவப்பில் மூன்று வைத்திருந்தார்கள். பிராக்டிஸ் பந்து வேறு ஆறு வைத்திருந்தார்கள். கிட் நிறைய கிளவ்ஸ், பேடுகள் என்று பயங்கரமாக நிரம்பி வழிந்தது. நாங் கள் இதுவரை பார்த்தே இராத அப்டாமன் கார்டு வைத்திருந் தார்கள். மைதானத்தில் அவர்கள் பளபளவென்று வந்து சேர்ந்த போது, வரதன் ‘சைடு கட்டாதுடா! நான் போறேன்’ என்றான். கேவி அவனைச் சமாதானப்படுத்தி உட்காரவைத்தான். எனக்கும் நெர்வஸாகத்தான் இருந்தது. வயிற்றை என்னவோ சங்கடம் பண்ணியது.

அவர்கள் சிரித்துக்கொண்டே மைதானத்தைச் சுற்றி வந்தார் கள்.சின்னப் பையன்கள் மாட்ச் பார்க்க நூறு பேர் கூட்டம். கேவி சேர்த்திருந்தான். எல்லோரும் அந்த விக்கெட் கீப்பர் மாமா சிகரெட் பிடிப்பதைப் பார்த்துக்கொண்டிருந்தார்கள். ராம்கி என்பவர் ஆறரை அடி உயரம் இருந்தார். அங்கேயிருந்து ஓடி வந்து மாதிரிக்கு ஒரு பந்து போட்டுக் காட்டினார். திருவனந்தபுரம் எக்ஸ்பிரஸ் போல தூள் பறந்தது. எனக்கு இப்போது வயிற்றில் பட்டுப் பூச்சிகள் விளையாடின.

அம்பிதான் டாஸ் போடப் போனான். தோற்றுவிட்டான்.

அவர்கள் 'மாட்சை சீக்கிரம் முடிக்கணும். நீங்களே பாட் பண்ணுங்க முதல்ல' என்று எங்களிடம் கொடுத்துவிட்டார்கள்.

பதினோரு மாமாக்களும் உற்சாகமாகப் பழைய பந்தைப் பிடித்துக் கொண்டு மைதானத்தில் இறங்கினார்கள். புதிய பந்தைச் சின்னக் குழந்தை போலப் போற்றித் தோய்த்துக் கன்னத்தைச் சிவக்க வைத்துக் கொண்டிருந்தார்கள்.

கேவிதான் ஓப்பனிங். அவனுடன் செல்ல எல்லோரும் மறுத்தோம். கேவி கொஞ்ச நேரம் யோசித்து என்னைப் பார்த்தான். 'நீதான்டா வரணும்' என்றான்.

'அய்யோ! நான் மாட்டேம்பா. நான் எய்ட் டவுன் வரேன்!'

'சேச்சே! அனுபவம் உள்ள ஆள் யாரும் இல்லை. நீ வந்துதான் ஆகணும். என்ன விளையாடறே?'

'டீம்னு வந்துச்சன்னா காப்டன் சொல்றதைக் கேட்கணும்' என்றான் அம்பி.

'அடப்பாவி காவு வாங்கறீங்களேடா' என்று ஒற்றைப் பேடைக் கட்டிக்கொண்டு, 'கொஞ்சம் இரு. நம்பர் டூ போய்ட்டு வந்துடறேன்' என்று ஓடினேன்.

அந்தச் சரித்திரப் பிரசித்தி பெற்ற மாட்ச் துவங்கியது. கேவிதான் முதலில் பாட் செய்தான். நான் ரன்னர். அந்த ராம்கி அதிக தூரத்தில் புள்ளியாக நின்றுகொண்டிருக்க, விக்கெட் கீப்பர் இருபது கெஜம் தள்ளி, ஏறக்குறைய கர்ள்ஸ் ஹைஸ்கூல் அருகில் நின்றுகொண்டு 'டேக் இட் ஈஸி ராம்கி' என்று சொல்லிக் கொண்டிருந்தார்.

முதல் பந்து சரியாகப் பிட்சில் விழாமல் எங்கேயோ போக, விக்கெட் கீப்பர் அதைத் தடுமாறிப் பிடிப்பதற்குள் கேவி 'ஓடுரா' என்று 'பை' எடுத்து என் பக்கம் ஓடி வந்து என்னைப் பந்தை எதிர்க்க அனுப்பிவிட்டான்.

'கார்டு' வாங்கிக் கொள்வதற்கு எல்லாம் எனக்குத் தோன்ற வில்லை. உடல் பூரா எலெக்ட்ரிக் ஹாமர் மாதிரி நடுங்கிக் கொண்டிருக்க, மறுபடி பாத்ரூம் போகும் இச்சையுடன் சீரங்கம்

பெருமாளைப் பற்றிச் சில சுலோகங்களும் கலந்திருந்தன. அதோ தூரம் பிரயாணி போல் அந்த ராம்கி என்கிறவர் தடதடவென்று சூட்டில் இருக்கும் காட்டெருமை போல் ஓடி வருகிறார். கைர்ர்ரென்று சுழல ஒரு கரு ரத்தக் கட்டி போல் பந்து என்னை நோக்கி வந்து டமால் என்று என் காலில் படுகிறது. ‘ஹௌ ஸாட்!’ என்று மைதானம் முழுவதுமே அலறுகிறது. ஆனால், எங்கள் கட்சி அம்பயர் பையாக் குட்டி ஞானம் பெற்ற புத்தர் போல அசங்கவில்லையே! ராம்கி அவனை அற்பப் புழு போலப் பார்த்தார்.

அடுத்த பந்து பற்றி என்னால் ஏதும் எழுத முடியவில்லை. கம்ப ராமாயணத்தில் வில் உடைந்ததுபோல வந்தது. என் பாட்டில் எங்கோ பட்டு, பவுண்டரிக்குப் பிய்த்துக்கொண்டு ஓடியது. எல்லோரும் சிரித்துக்கொண்டே என்னைப் பார்த்துத் தலையில் அடித்துக் கொண்டாலும், எனக்கு நான்கு ரன்கள் கிடைத்தற்குச் சின்ன பயல்கள் விசிலடித்துக் கை தட்டினார்கள். எனக்குக் கொஞ்சம் புளகாங்கிதமும் பயத்துடன் சேர்ந்துகொண்டது. அடுத்த பந்து மற்றொரு ‘ஹௌ ஸாட்!’ கேட்டு முடிப்பதற்குள் கேவி ஓடுரா ஓடுரா என்று ‘லெக் பை’க்கு ஓடி வந்துவிட்டான்.

மொத்தம் ஆறு ரன் ஆகி விட, அந்த ராம்கி சற்று கோபத்துடன் டீப் ஃபைன் லெக்கில் ஒரு ஆளை நிறுத்தி, இன்னும் கொஞ்சம் அடியெடுத்து, இன்னும் கொஞ்சம் ஓரம் போய், ஓ...டி வந்து கேவியின் தலைக்கு மேல் பெரிசாக பம்பர் போட்டார்.

கேவி அஞ்சா நெஞ்சன்! என்னவோ மாதிரி பாட்டை வைத்துக் கொண்டு ஒரு வீசு வீச, பந்து பட்டு ஏறக்குறைய இரண்டு தென்னை மர உயரத்துக்கு எவ்வியது. ராம்கி நிறுத்தி வைத் திருந்த ஃபீல்டருக்கு, அருமையாக அழகாக ஒரு காட்ச் வந்தது. நிதானமாகப் பந்தின் கீழ் அட்ஜஸ்ட் பண்ண நின்று கொள்ள ஏக சமயம் இருந்தது. சிரித்துக்கொண்டு, கையைத் தேய்த்துக் கொண்டு கீழே வரும் பந்தை வாங்கி வழிபட்டார்! சற்று அசட்டு முகத்துடன் ‘ஸாரி காப்டன். தி ஸன் வாஸ் ஆன் மை ஐஸ்!’’ என்றார். இதற்குள் கேவி கவலைப்படாமல் என்னுடன் ஓடி இரண்டு ரன் எடுத்துவிட்டான்.

காப்டன் ராம்கி, ‘பரவாயில்லை. அடுத்த பால்ல எடுத்துரலாம்’ என்று திரும்பித் தன் பௌலிங் ஆரம்பத்துக்குப் போனார்.

அடுத்த பாலாலும் கேவியை எடுக்க முடியவில்லை. அதற்கு அடுத்த பாலாலும் முடியவில்லை. நானும் கேவியும் முதல் விக்கெட்டுக்கு ஐம்பது ரன்கள் செய்தோம். அதில் நாற்பத்தெட்டு கேவி. முதலில் அடித்த நான்குக்கு அப்புறம் என்னை ஆடவே விடவில்லை. ஆறாவது பந்து டாண் என்று ஒரு ரன் எப்படியாவது எடுத்துவிடுவான். 'ஓடுரா! ஓடு!' எங்கள் முதல் விக்கெட் ஜோடியைப் பெயர்க்க ராம்கி, ஆங்கிலோ இந்தியரிடமும் மற்ற சீனியர் மெம்பர்களிடமும் அடிக்கடி கூடிப் பேச வேண்டியதாகி விட்டது.

கடைசியில் என்னைக் கூட ரன் அவுட்தான் செய்ய முடிந்தது. கேவி பேராசையுடன் எடுக்க முயற்சித்த மூன்றாவது ரன்னுக்கு விழுந்தேன். நான் திரும்பி வந்தபோது என்னவோ செஞ்சுரி போட்ட மாதிரி எல்லோரும் கை தட்டினார்கள். கேவி என்னை மாதிரியே மற்ற பேரையும் நாக்கு உலர ஓட வைத்தே, மொத்தம் 152 ரன் எடுத்துவிட்டோம். கேவி அதில் 93. கேவி சைபரில் இருக்கும்போது அந்த லட்டு மாதிரி காட்சைவிட்ட அந்த ஆசாமியை எல்லோரும் சபித்துக்கொண்டே வந்தார்கள். அவன் தாழ்த்தப்பட்டவன் போல மூலையில் அடிக்கடி தலையை ஆட்டிக்கொண்டு சிகரெட் பிடித்துக்கொண்டிருந்தான்.

அந்த மாட்சில் நாங்கள் வென்றது செய்தியல்ல. இதிலும் கேவியின் தந்திரம்தான் அவர்களை 139ல் அவுட் ஆக வைத்து விட்டது.

தஞ்சாவூர்க்கார்கள் திரும்பிப் போகும்போது ஒருவர் முகத்திலும் ஈயாடவில்லை. மறு மாட்சுக்கு தஞ்சாவூர் கூப்பிட்டார்கள். 'எங்கள் ஸ்டார் ப்ளேயர் வரவில்லை' என்றார்கள். கேவி புன்னகையுடன் 'ஊம்.. தாராளமாக வரோம்' என்றான். 'தோத்தாங்குள்ளி தோள் புடுங்கி' என்று நடனமாடிய சிறுவர்களைக் கட்டுப்படுத்தினான்.

சும்மா பொழுது போகவில்லை என்று அன்று அங்கு வந்திருந்த 'எக்ஸ்பிரஸ்' ஏஜண்டும் நிருபரும் மறுநாள் எங்கள் வெற்றியைப் பற்றிச் செய்தி அனுப்பி, 'K.V. Srinivasan was ably supported by Rangarajan, Varadan and Ambisundar...made a sparkling 93' என்று ஒரு மஹா ஓரத்தில் பேப்பரில் பேர் வந்தது. இப்போது எல்லா பேப்பரிலும் எத்தனையோ முறை என் பேர் வருகிறது.

ஆனால், அந்த ஒரு தினம், ஒரு முலையில் ஒரு வரியில் கிடைத்த துல்லியமான சந்தோஷம் எனக்குத் திரும்பக் கிடைக்கவில்லை.

அந்த மறு மாட்ச் நடக்கவில்லை. எல்லோரும் அதன் பின் சிதறி விட்டோம். சிலர் மணந்துகொண்டோம். சிலர் இறந்து விட்டோம். இருபத்தைந்து வருஷம் கழித்து, சமீபத்தில் ஸ்ரீரங்கம் போயிருந்தபோது கேவியைப் பார்த்தேன். என்னதான் நரைத்த தலையாக இருந்தாலும் கண்களில் பிரகாசம் போக வில்லை. 'என்ன, இன்னொரு மாட்ச் ஏற்பாடு பண்ணட்டுமா?' என்றான்.

10. பாம்பு

பக்கத்து நாணு வாத்தியார் வீட்டில் புளியம் விறகு வாங்கிப் போட்டிருந்தார்களே, அதிலிருந்துதான் பாம்பு வந்திருக்க வேண்டும். காலையில் ரொம்ப நேரம் பேரம் பேசி, 'என்ன சாமி வவுத்தில் அடிக்கிறியே? கட்டை என்னா ஒஸ்தி பாரு.' கடைசியில் வண்டிக்காரன் மாட்டை அவிழ்த்து, வண்டியைச் சரத்து விட்டுப் போனதும், அந்த விறகு இன்னும் ஒரு வாரத்துக்கு வாசலிலேயே வெயிலில் காயப் போகிறது என்று எனக்குத் தெரியும். ஆனால், அதற்குள் ஒரு பாம்பு ஒளிந்து கொண்டிருப்பதை எனக்கு யாரும் சொல்லவில்லை.

சாயங்காலம் சிவராமன் சைக்கிளில் ஸ்டைலாக வந்து இறங்கினான். என்னைப் பார்க்க வருவதாகப் பேர் பண்ணிக் கொண்டு என் தங்கையை 'சைட்' அடிக்கத்தான் வருவான். சலவைச் சட்டையும், வேட்டியும், குட்டிக் கியூரா பவுடரும், நெற்றியில் சந்தனக்கீற்றுமாக வந்து இறங்குவதிலேயே கீழ வீதிப் பெண்கள் அனைவரும் மயங்கிப்போவதாக அவனுக்கு நினைப்பு. அந்த நம்பிக்கையைக் கெடுப் பானேன் என்று நானும் வத்ஸலாவும் அவன் போன பிறகு அவனைப் பற்றிச் சிரித்துப் பேசிக் கொள்வோம்.

சிவாவின் சைக்கிள் ராலிக்குப் பச்சையில் கைப் பிடிக்குப் பூண், சக்கரத்தின் நடுவில் வர்ணக் கொச

கொசு, பளபளவென்று காரியர் எல்லாம் வையாளிக் குதிரை மாதிரிதான் இருக்கும். வாசலில் நிறுத்திவிட்டு 'வா சிவா' என்று வத்ஸலா சொன்னதில் ஒருவாறு மோகித்துப் போய் திண்ணையில் என் பக்கத்தில் உட்கார்ந்து கொள்ள, வத்ஸலா நிலைப்படியில் நிற்க, அவள் காது கேட்கும்படியாகத் தன்னைப் பற்றி ரொம்பப் பீற்றிக் கொண்டான். டெஸ்ட் மாட்ச் பார்க்க மெட்ராஸ் போகப் போகிறானாம்; அவன் மாமா மிடில் ஈஸ்டில் இருக்கிறாராம்; மற்றொரு மாமா நாராயண் கம்பெனியில் வேலை பார்ப்பதால், 'எந்தப் புதுப் படம் போகவேண்டு மானாலும் என்னிடம் சொல்லு' என்றான்.

வத்ஸலாவை அம்மா உள்ளே கூப்பிட, அவன் முகத்தில் லைட் அணைந்துபோனது. அப்போதுதான் பாம்பைப் பார்த்தேன். முதலில் பாம்பு என்று தெரியவில்லை. சைக்கிளுக்கு ஏதோ புது மாதிரி அலங்காரம் என்றுதான் எனக்குத் தோன்றியது. ஒரு மாதிரிப் பழுப்புப் பச்சையாகச் சைக்கிளின் கரும்பச்சைக்கு மாட்சிங்காக அதன் சாய்ந்த குறுக்குக் கம்பியில் சுருட்டிக் கொண்டிருந்தது. 'சிவா, என்னடா புதுசா போட்டிருக்கே சைக்கிளுக்கு?'

'எங்க?' என்றான்.

'குறுக்குக் கம்பியில்' என்று நான் சொல்லி முடிப்பதற்குள் அது கொஞ்சம் நகரவே, அது அலங்காரம் இல்லை பாம்பு என்று புரிந்தது. எனக்கு மயிர்க் கால்கள் படக்கென்று நின்று கொண்டன. 'பா பா பா' என்று ஜனகா பாட்டுச் சொல்லிக் கொள்வது போல ஆரம்பித்தேன்.

'என்னடா?'

'உன் சைக்கிள்ல பாரு ப ப பாம்பு!'

அவனுக்கு உடனே கண்டுபிடிக்க முடியாமல், 'எங்கடா எங்கடா' என்று பேஷ்கார் வீட்டுப் பக்கம் நோக்கினான்.

'சைக்கிள்ல பா பா' என்றேன். பெரிய 'பா.'

கொஞ்ச நேரம் கழித்துத்தான் 'பார்' என்று சொல்ல முடிந்தது. அதற்குள் சிவராமனும் அதைப் பார்த்துவிட்டான். 'ரங்கா என்னடா பண்றது?' என்றான். உடனே என்ன செய்ய என்று

புலப்படாதபோது வத்ஸலா வந்துவிட்டதால், சிவராமனுக்குத் தன் வீரத்தைக் காட்ட வேண்டியது அவசியமாயிற்று. 'வத்ஸலா ஒரு கிரிக்கெட் பாட் இருக்கா?' என்றான்.

'எதுக்கு?'

'ப ப ப' என்றேன்.

'பயப்படாதே ரங்கா. வத்ஸலா நீயும் பயப்படக் கூடாது. என் சைக்கிள்ல ஒரு பாம்பு ஏறிண்டிருக்கு!' அவள், நாங்கள் எதிர்பார்த்த அளவுக்குப் பயப்படாமல் 'எங்கே?' என்று கிட்டே போய் உன்னிப்பாகப் பார்த்தாள். 'ஆமாம், பாம்புதான்' என்றாள்.

'அடி மூதேவி! கிட்ட போகாதடி. கடிச்சு கிடிச்சு வெச்சுரும்!' என்றேன்.

'வத்ஸலா. கிட்டப் போகக்கூடாது. நீ போய் ஏதாவது அடிக் கிறதுக்கு எடுத்துண்டு வாயேன்' என்றான் சிவராமன். என் தங்கையே அருகில் போய்ப் பார்த்திருக்கிறாள் என்று ஒரு இன்ச் முன்னால் சென்று அதைக் கூர்ந்து பார்த்தேன். இலங்கைப் பிரச்னை போல முறுக்கிக்கொண்டிருந்தது. வாத்தியார் வீட்டு விறகுக் குப்பலிலிருந்து, என்ன தோன்றிற்றோ! 'சாயங்கால வேளையாயிற்றே பொடி நடையாக வெளியே உலாத்திவிட்டு வரலாம்' என்று கிளம்பியிருக்கிறது போலும்.

திரும்ப வழி தெரியாமல் சைக்கிளில் ஏறிக்கொண்டுவிட்டது. அதற்குப்போதாத காலம்!

'என்ன பண்ணப் போறே?' என்றாள் வத்ஸலா.

'என்ன கேள்வி இது வத்ஸலா! அடிக்கப் போறோம்.'

'பாவம்பா அது.'

'பாவமா! எங்கயாவது விஷத்தைக் கக்கிக் கிக்கி வெச்சுதுன்னா தெரியும். போடி உள்ள! சொல்றதைக் கேளு! பாட்டை எடுத் துண்டு வா. அம்மாகிட்ட சொல்லாதே, ஊரைக் கூட்டிடுவா.'

நாங்கள் இரண்டு பேரும் பாம்பைப் பார்த்துக்கொண்டிருப்பதை அவ்வழியே சென்ற பால் டிப்போ கோவிந்தன் பார்த்து, 'என்ன சாமி?' என்றான்.

‘ஒண்ணுமில்லை பாம்பு, கோவிந்தா.’

‘எங்க?’ என்றான்.

‘சைக்கிள்ல பாரு.’ இப்போது அந்த ஜந்து இன்னும் இன்னும் தன்னை முறுக்கிக்கொள்ள, தலை நகர்ந்து, கொஞ்சம் நேரம் கழித்துத்தான் வாய் நகர்ந்தது. கோவிந்தன் அதைக் குறி வைத்துக் கல்லெடுத்து எறிய, குறி தப்பி நாணு வாத்தியார் வீட்டில் போய்ச் சிதற, அவர் ‘யார்ராது அரைக் கல்லை வீசறது?’ என்று விசாரிக்க வெளியே வந்தபோது, ‘பாம்பு ஸார்’ என்றதும், சட்டென்று கதவைச் சாத்திக்கொண்டுவிட்டார். அப்புறம் அவர் குடும்பத்தில் யாரும் வெளியே வரவில்லை (ஒரு மனைவியும் நான்கு பெண்களும்). இதனிடையில் வத்ஸலா கட்டுப்போட்ட என் ‘பாட்டை’ எடுத்துக்கொண்டு வந்து சிவராமனிடம் கொடுத்தாள். அவன் அதைச் சோதித்துப் பார்த்து, சற்றுத் தயக்கத்துடனே அதை அணுகினான்.

சிவராமனுக்கு முன்னே பின்னே பாம்பு அடித்துப் பழக்கம் இல்லை என்று தெரிந்தது. அதை இரண்டாகப் பிளந்துவிடும் நோக்கத்துடன் காட்டு வீசு வீசினான். பாட் பாம்பின் மேல் படாமல் சைக்கிளின் சீட்டில் பட்டு, அது சரிந்து விழுந்தது.

பாம்புக்கு உடனே அபாயம் புரிந்துபோய், சரசரவென்று தன்னை அவிழ்த்துக்கொண்டு, கீழே விழுந்து, நெளிந்து நெளிந்து நிமிஷமாய் முனிசிபாலிட்டி சாக்கடைக்குள் போய் ஒளிந்து கொண்டுவிட்டது. சாக்கடை எங்கள் வீட்டு வாசலுக்குச் சலுகையால் மூன்றடிக் குழாய் போட்டிருந்த இடத்தில் அக்கடா என்று நுழைந்துகொண்டுவிட்டது. கோவிந்தன், ‘தம்பி இப்படியா வீசு வீசுகிறது. தப்பிச்சுக்கிச்சு பாரு’ என்றான்.

சிவராமன் வத்ஸலாவைப் பார்த்துக்கொண்டே, ‘இரு கோவிந்து, எங்க போயிடறது? நீங்கள்லாம் என்னைக் குழப்பாம இருந்தா சரி’ என்றான்.

இதற்குள் தாத்தா மெல்ல வெளியே வந்தார். நடவடிக்கைகளைத் தற்காலிகமாக ஒத்திப்போட வேண்டியிருந்தது. தாத்தாவுக்கு எழுபத்தேழு வயசு. ரிடையர் ஆனதற்கப்புறமே அவருக்கு ஒரு வகையான செனிலிட்டி ஏற்பட்டு, பாட்டி சுமங்கலியாகப் போன பிற்பாடு யார் எது என்றெல்லாம்

குழப்பங்கள் உண்டு. அவருக்குத் திடீரென்று, 'சீரங்கத்தில் இருக்கிறோமா, டில்லியில் சர்வீஸில் இருக்கிறோமா?' என்று குழப்பங்கள் வந்துவிடும்.

'என்ன ரங்கா?' என்று சில வேளை சரியாகக் கூப்பிடுவார். சில வேளை 'யார்றி உள்ள? வெண்ணைக்காரன் வந்திருக்கான் பாரு' என்பார். சமீபகாலமாக அவருக்குத் தினசரி 'பங்குனி உத்தரம்' என்றும், வாசலில் ரதம் போகும் என்றும் நம்பிக்கை. சாயங்காலம் வாசலில் கயிற்றுக் கட்டிலைப் போட்டுக்கொண்டு ரதம் நோக்கி உட்காருவார்.

எங்கே பாம்பு பதுங்கியிருந்ததோ அதன் மேலேயே கட்டில் போட்டுக்கொண்டு உட்கார வந்தார். அவருக்கு இப்போது பக்கத்து வீட்டில் விறகு வாங்கியதையும், பாம்பு வந்ததையும், சாக்கடைக்குள் புகுந்ததையும் விளக்குவதற்குள் விடிந்தாற் போலத்தான் என்று பேசாமல் தாத்தாவைக் கட்டிலோடு தூக்கி அந்தப் பக்கம் வைத்துவிடுவது என்று முடிவெடுத்தோம். திடீரென்று உயரமாகித் தானாகக் கட்டில் நகர்வதைத் தாத்தா கவனித்து, 'நான் இன்னம் செத்துப் போகலைடா' என்றார். 'பேசாம இங்க உட்கார் தாத்தா' என்றான் கோவிந்தன். 'பங்குனி ரதம் வந்ததா?' என்றார்.

வத்ஸலாவைத் தாத்தாவைப் பார்த்துக்கொள்ளச் சொல்லி விட்டு, நாங்கள்.. வீரர்கள், பாம்படிக்கும் பணியை மறுபடியும் மேற்கொண்டோம். இதனிடையில் டென் அணாஸ் என்று சொல்லப்படும் பத்மநாப அய்யங்கார் வந்து சேர்ந்தார். அவருடைய கொள்கை எல்லாருக்கும் ஒத்தாசை பண்ணியே ஒழிப்பது என்பது. 'வேண்டாம்' என்று சொன்னால் போக மாட்டார். 'என்னடாது பாம்பா!' என்றார். 'ஆமாம் மாமா அடிக்கிறதுக்குள்ள சாக்கடைக்குள் போயி ஒளிஞ்சுண்டுடுத்து' எப்படி அடிக்கிறதுன்னு யோசிச்சிண்டிருக்கோம்.'

'நல்லதா?'என்றார் புரியவில்லை.

'முழிக்கிறயே, நல்ல பாம்பா? நல்லதுன்னா நான் அடிக்க முடியாது, சாந்தி ஹோமம் பண்ணனும்.'

'அது என்னமோ! கேக்கலை மாமா இன்னும் அதை' என்றேன்.

'என்னடா, கிண்டலா? சரி சரி!'

'இல்லை. மாமா பழுப்பா கொசகொசன்னு இருந்தது. அதான் தெரியும்.'

வத்ஸலா அங்கேயிருந்து, 'மாமா அதைப் பார்த்தா நல்ல பாம்பு மாதிரியே தெரியலே. நான் பார்த்தேன். ஏதோ சாதுப் பாம்பு மாதிரித்தான் இருக்கு. அதை அடிக்க வேண்டாம்னுதான் தோண்றது.'

'சும்மார்றி மூதேவி. நீ தாத்தாவைச் சரியாப் பார்த்துக்கோ. ஆம்பிள்ளைகள் காரியத்தில் எல்லாம் வரவேண்டாம்' என்றேன். வத்ஸலா என்னைப் பார்த்து அழகு காட்டினாள். தாத்தா, 'பங்குனி ரதம் வரதா?' என்று கேட்டார். கோவிந்தன் சாக்கடைக்குள் ஈர்க்குச்சியால் குத்திப் பார்த்துக்கொண்டிருந்தான். அதுவும் எப்படி? பட்டாசுக்கு நெருப்பு வைக்கிறாற்போலச் சற்றுத் தூரத்திலிருந்து. 'கோவிந்தா! இதைவிட மெல்லிசா உனக்குக் குச்சி ஆம்படலியா?'

'பெரிசாக் குத்தினா நான் ஒண்டியாளு. இந்தப் பக்கம் என்ன பண்ணுவேன்?'

'அதுக்குன்னு காது குடையறாப்பலயா குத்தறது?'

'நீர்தான் வந்து குத்துமே' என்றான் சிவா.

'இத பார்றா, இப்படியெல்லாம் பண்ணா வெளில வராது, பட்டா! டிபிஜி கடைக்குப் போய் குங்கிலியம் வாங்கிண்டு வா. நிமிஷமா வெளில கொண்டு வந்துர்றேன்.' இப்போ பல பேர் கூடியிருந்ததால் எந்தத் திசையிலிருந்து யார் உபதேசம் பண்ணு வது என்று விவஸ்தையில்லாமல் போய்விட்டது.

'குங்கிலியம் எல்லாம் வேண்டாம். பேசாம கழுதை மண்டபத் தில் ஒரு பிடாரன் இருக்கான், அவனைக் கூட்டிட்டு வந்தா மகுடி ஊதியே வெளில கொண்டு வந்துருவான்.'

'அவனவன் பாம்பு பத்திரமா இருக்கோல்லியோ?'

'டேய்! செவிட்டில அறைஞ்சேன்னா பாரு!'

'பங்குனி ரதம் எப்ப வரும்?'

'ரங்கா, உனக்கோ பழக்கமில்லை. நீ போய்த் திண்ணைல நின்னுக்கோ. நாங்க அடிக்கிறோம். வேடிக்கை பார்க்கறவா

எல்லாம் விலகி நின்னுண்டு, அடிக்கிறவாளுக்கு வழிவிட்டா உபகாரமா இருக்கும்' என்று சிவராமன் அதட்ட அந்த வியூகம் கொஞ்சம் அகன்றது.

பத்மநாப அய்யங்கார் தம் வீட்டிலிருந்த சாம்பிராணிக் கரண்டி நெருப்பை ஊதிக்கொண்டு வர, ஒரு குடையையும் எடுத்துக் கொண்டு வர, பட்டா சிவராமன் சைக்கிளிலேயே போய்க் குங்கிலியம் வாங்கிக்கொண்டு வந்தான். அதை நெருப்பில் போட்டதும் ஊரே புகையாகி பத்மநாப அய்யங்கார் மந்திரவாதி போல, அதைச் சாக்கடையின் பக்கம் 'தினமணி'யால் விசிறிக் கொண்டிருக்க, அந்தப் பக்கம் கோவிந்தன், பட்டா, சிவராமன் மூவரும் பற்பல ஆயுதங்களுடன் காத்திருக்க, தெருவே கூடி பத்தடி அப்பாலிருந்து பல யோசனைகளைக் கூறிக்கொண்டிருந்தது.

அந்தப் பாம்புக்கு வேறு ஏதோ கவலை போலும். வெளியே வரவில்லை. இப்போது புகை 'ஆவாரா!' கனவு சீன் போல அதிக மாகி, பட்டா யாரு, தாத்தா யாரு என்று தெரியாத நிலையில், பத்மநாப அய்யங்கார் எதற்குக் குடையை விரித்துக் கொண்டார் என்பது புரியவில்லை. 'இத்தனை புகை போட்டதுக்கு முதலை கூட வெளில வந்திருக்கணுமே! சாக்கடைக்குள்ள இல்லியா? டேய் ரங்கா நீ பார்த்தியா?'

'கோவிந்தா, நீ பார்க்கலை?'

'நான் வந்தபோது பாம்பு இல்லை! இந்தப் பிள்ளைகளே பாம்பு விடறாங்களோ என்னவோ?'

'சே... சே... சாமி சத்யமா சாக்கடைக்குள்ள போறதைப் பார்த்தேன்' என்றேன். இதற்குள் அஞ்சரை மணி லால்குடி பாசஞ்சர் வந்து சேர்ந்திருக்கவேண்டும். ஆபீஸ்காரர்கள் எல்லாம் திரும்பி வந்துகொண்டிருக்க, அதில் கேவி வந்தான். வந்த வுடனே நிலைமையின் தலைமையை ஏற்றுக்கொண்டு விட் டான். திண்ணையில் டிபன் பாக்ஸை வைத்தான். வேட்டியைக் காக்கி டிராயர் தெரியும்படியாக மடித்துக் கட்டிக் கொண்டான். 'எங்கடா பாம்பு?'

'இதோ சாக்கடைக்குள்ள!'

'கூழைப் பாம்பு கேவி! அடிக்க வேண்டாம்னு தோணறது' என்றாள் வத்ஸலா.

'அது என்ன பாம்பா இருந்தாலும் சந்தேகத்துக்கு அடிச்சே ஆகணும். பராக்கு பார்க்கறவா எல்லோரும் நகர்ந்து நில்லுங்கோ. திண்ணைல ஏறிக்கங்கோ. ரங்கா, ஒரு கொடிக் குச்சி வேணும். குத்தறதைப் பலமாகக் குத்தணும். இந்த மாதிரி நகாஸ் வேலையெல்லாம் உதவாது. ஓய் என்ன புகையைப் போட்டு பைராகி மாதிரி யாருக்கு ப்ரீதி? குச்சி கொண்டு வாடான்னா, இருக்கிறவா மூஞ்சி தெரியாம இப்படியா புகை போடுவா?'

'நான் உள்ளேயிருந்து கொடிக் குச்சியை எடுத்துக்கொண்டு, அம்மா 'என்னடா' என்று கேட்டதற்குப் பதில் சொல்லாமல் ஓடி வந்தேன்.

கேவி அஞ்சா நெஞ்சன். தைரியமாகச் சாக்கடைக்குள் கொடிக் கொம்பு முழுவதும் செலுத்திக் குத்துக் குத்து என்று குத்தினான். எனக்கு ரத்தம் உறைந்து போயிற்று. திடீரென்று புஸ் என்று சீறிக் கொண்டு முழங்கை உயரத்துக்குப் படம் எடுத்துக்கொண்டு வெளியே வரப் போகிறது என்று எதிர்பார்த்தேன்.

ஒன்றுமே நிகழவில்லை. கேவி அடைத்துக்கொண்ட சாக் கடையைப் போல நன்றாகக் குத்தினான். 'கடைசியில உள்ளே மண்ணுள்ளி பாம்பு கூடக் கிடையாது, யாரோ கடி விட்டிருக் காங்க.'

'இல்லை கேவி. சைக்கிள்ல பார்ல இருந்தது. சிவராமன்தான் அடிக்கப் பார்த்தான். தப்பிச்சுண்டு ஓடி இதுக்குள் பூந் துண்டுடுத்து.'

'சிவராமனா! பாம்பா! ஏண்டா, நீ எப்பவாவது மரவட்டை யையாவது அடிச்சிருக்கியா?'

'நீதான் அடியேன் ரொம்பப் பேசறியே?'

'காட்டு? அடிக்கிறேன்' என்று சட்டென்று குச்சியைச் சாக்கடை யிலிருந்து உருவி சிவராமன் முன்னிலையில் 'த்ருட்' என்று அசைத்தான். ஒரு நிமிஷம் அவன் பயந்துபோய் பின் வாங்க, கேவி அட்டகாசமாகச் சிரித்தான். 'இவன்தான் பாம்பை அடிக்கிறவனாக்கும்?'

பத்மநாப அய்யங்காரைப் பார்த்து, 'ஓய் பெட்ரமாக்ஸ் ஏத்திட்டு வந்துரும். ராத்திரி இழுத்தடிக்கும் போல இருக்கு' என்று

சொல்லி முடிப்பதற்குள், கேவி பாம்பைப் பார்த்துவிட்டான். இவர்கள் புகை போட்டதில் வெளியே வந்து, புகைப்படலத்தில் தான் அங்கே போயிருக்கவேண்டும். இல்லாவிட்டால் தாத்தா உட்கார்ந்திருந்த கயிற்றுக் கட்டிலின் காலில் அதற்கு என்ன வேலை?

‘வத்ஸலா! அசங்காதே! அப்படியே இரு. கட்டிலில் கால்ல இருக்கு பாரு.’

‘என்ன கேவி?’

‘மூச்சுக்கூடவிடாதே. அசங்காதே, அங்கேயே பஜ்ஜி பண்ணிட லாம்.’

‘பங்குனி ரதம் எப்ப வரும்?’ என்றார் தாத்தா.

வத்ஸலா ‘வீல்’ என்று கத்தி ஒரு எம்பாகக் குதித்து ஓடிவிடுவாள் என்றுதான் எதிர்பார்த்தேன். அதற்கு மாறாகக் கீழே கிடந்த குச்சி ஒன்றை எடுத்துக்கொண்டு, கட்டில் காலில் பத்திரம் இல்லாமல் தொற்றிக்கொண்டிருந்த பாம்பை லாவகமாகக் குச்சி முனையில் செருகி, வாங்கிக்கொண்டுவிட்டாள்.

இப்போது பாம்பு அவள் நீட்டிக்கொண்டிருந்த குச்சி முனையில் பாதிப் பாதியாகத் தொங்கியது. அடிப் பாகம் முதல் முதலாகத் தெரிந்தது. வெளுப்பாக இருந்தது. கொஞ்சம் மிரண்டாற்போல இருந்த கண்களுடன் அடிக்கடி நாக்கை ப்ளிச் ப்ளிச் என்று உதறிப் பண்ணிக் கொண்டிருப்பதைத் தவிர வேறு ஒன்றும் விரோதமாகச் செய்யவில்லை.

வத்ஸலா பாம்பு கொண்ட குச்சியுடன் சிரித்துக்கொண்டே சிவராமனின் அருகில் வந்து ‘இந்தா பாம்பு அடி’ என்றாள். சிவராமன் பிய்த்துக்கொண்டு, வேஷ்டி நழுவியது தெரியாமல் நாராயணையங்கார் வீட்டுத் திண்ணையில் போய் ஏறிக் கொண்டான். கேவி ஒருவன்தான் பக்கத்தில் இருந்தான்.

‘விளையாடாதே, கீழே போடு! அதை!’ என்று அதட்டினான். வத்ஸலா பாம்பை எல்லாத் திசைகளிலும் காட்டினாள். அந்தந்தத் திசையில் கூட்டம் விலகியது. அம்மா இதற்குள் வெளியே வந்திருந்தாள். ‘ஏய் குரங்கு, கீழே போடு. கடிச்சு வைக்கப் போறது’ என்றாள்.

‘இல்லைம்மா, இதைப் பார்த்தா கூழைப் பாம்பு மாதிரிதான் இருக்கு. ரங்கா ஒரு கூடை கொண்டு வாயேன். கூடைக்குள்ள போட்டுக் காட்டுக்குள் திரும்பக் கொண்டு விட்டுரலாம்! அடிக்க வேண்டாம்’ என்றாள். அதற்குள் பாம்பு குச்சி நுனியில் பாலன்ஸ் பண்ணமுடியாமல் கீழே விழுந்துவிட, சரசரவென்று சாக் கடையை நோக்கி ஓட, கேவி கிரிக்கெட் பாட்டைச் சட்டென்று எடுத்துக்கொண்டு மடேல் என்று அதைத் தரையில் வைத்து ஒரு சாத்து சாத்தினான்.

வத்ஸலா ‘வேண்டாம்! வேண்டாம்! கேவி அடிக்காதே, அடிக் காதே. அது என்ன பண்ணித்து? அடிக்காதே’ என்று அலறியதைப் பொருட்படுத்தாமல் திரும்பத் திரும்ப அதை அடித்தான். பாம்பின் முன் பக்கம் கத்திரிக்காய்த் துவையல் மாதிரி ஆகி விட்டது. பின் பக்கம் பழைய ஞாபகத்தில் கொஞ்சம் உயிர் இருந் தாற் போல, பழைய அழகான வாலை நெளித்துவிட்டு நின்று போனது. பாக்கியையும் சப்பட்டையாக்கி, கேவி சிரித்துக் கொண்டே அதைக் குச்சி முனையில் பொறுக்கினான். அதை தேர் முட்டியில் கொண்டு போய்த் தகனம் பண்ணினார்கள்.

வத்ஸலா, ‘பாவம் என்ன பண்ணித்து அது உங்களை எல்லாம்? எதற்காகக் கொன்னேள்?’ என்று ரொம்ப நேரம் விக்கி விக்கி அழுதது எனக்கு வியப்பாக இருந்தது.

அதற்கப்புறம் சிவராமன் வத்ஸலாவைப் பார்க்க வருவதில்லை. என் தங்கையை நான் புரிந்துகொள்ள ஆரம்பித்தேன்.

11. எதிர் வீடு

பள்ளி நாள்களில் எங்கள் எதிர் வீடு ஒரு புதிர் வீடாக இருந்தது. அதன் சொந்தக்காரர் பெயர் பத்மநாப அய்யங்கார். அது 'பத்தணா அய்யங்கார்' என மருவி, ஆங்கிலப்படுத்தப்பட்டு Ten annas என்று சில பேரால் அழைக்கப்பட்டாலும், அவர் எதிரில் அவரை யாருக்கும் 'டென் அனாஸ்' என்று அழைக்க தைரியம் இருந்ததில்லை. அவரைக் கண்டால் எல்லோருக்கும் நடுக்கம்.

பெரிய உதடுகள், பெரிய மூக்கு, பெரிய பாதங்கள், முள் தாடி, நெற்றியின் புருவக் கோடுகளின் மத்தியிலிருந்து புறப்பட்டு, முடிவில்லாமல் மேல் பிரயாணம் செய்யும் ஸ்ரீ சூர்ணம். எப்பவும் ஒரு லேடீஸ் சைக்கிளில்தான் சவாரி செய்வார். அதன் காரணம் அந்தரங்கமாகச் சொல்லப்பட்டது. அவர் ஒரு ரிடையரானவர். எதிலிருந்து ரிடையரானவர் என்பது பற்றிய சர்ச்சை இருந்தது. பழைய சவுத் இண்டியன் ரெயில்வேயின் பொன்மலை வொர்க் ஷாப்பில் ஏதோ கிளார்க்காக இருந்து ரிடையர் ஆனவர் என்று சொல்வார்கள். ரெயில்வே ஸ்தாபனத்தில் பலப் பல சாமான்களைத் திருடிச் சேகரித்து, தன் வீட்டில் ஏறக்குறைய ஒரு குட்டி இன்ஜின் தயாரிக்கும் அளவுக்குக் கொண்டு வந்து விட்டதால் ஒரு நாள் இங்கிலீஷ்கார போர்மனால் கழுத்தைப் பிடித்து வெளியே தள்ளப்பட்டார்.

அதை நான் பார்த்தேன் என்று ரங்கன் சொன்னான். ரங்கன் பொய் சொல்வான்.

ஆனால், அவர் வீட்டுக்குள் பலவித வினோதமான சாமான்கள் இருந்தது என்னவோ மெய். நாங்கள் அந்த வீட்டுக்குள் நுழைந்த தில்லை. கம்பிக் கிராதி போட்ட வீடு. வாயிற்புறம் பெட்ரோ மாக்ஸ் விளக்கு தொங்குவதை ஒரு தடவை பந்து பொறுக்கச் சென்றபோது அருகில் பார்த்திருக்கிறேன். 'மேட் இன் சைனா' என்று பொறித்து, ஜிலு ஜிலு என்று தொங்கிக் கொண்டிருந்த அந்த விளக்கு உள்ளே இருக்கும் அலாவுதீன் மாளிகை அற்புதங்களுக்குக் கட்டியம் கூறியது. வீட்டுக்குள்ளே இருக்கும் வினோதங்கள் பற்றிப் பற்பல வதந்திகள். அங்கே ஒரு டெலி விஷன் பெட்டியை மாடி ஏறிக் குதித்து எட்டிப்பார்த்ததாக வீர ராகவன் சொன்னான். அந்த வீட்டின் அற்புதங்களுக்கு லேசான அறிமுகம் எங்களுக்கு நவராத்திரியின்போது கிடைக்கும். வாயிற் புறம் வந்து பளபளப்பான இங்கிலீஷ் ஆயுதங்களை வைத்துக் கொண்டு அய்யங்கார் ஒரு சிறிய பொம்மைத் தெப்பக்குளம் செய்வார். பக்கத்து வீட்டு சுதர்சனத்தின் வீட்டில், அந்தப் பொம்மை வைத்திருக்கும் தண்ணீருக்குள் விளக்கு எரியும். குட்டித் தெப்பம் மிதக்கும். அதனுள் இருக்கும் சிறு பாட்டரி தெரியும். 'மேட் இன் யூ எஸ் ஏ' என்ற எழுத்துகள் தெரியும்.

பத்மநாப அய்யங்காருக்கு ஒரு மனைவி, ஒரு பெண். பெண் பெயர் ஜம்பகா. பாவாடை சொக்காய் போட்டுக்கொண்டு சிவப் பாக மூக்குக் கொஞ்சம் தூக்கலாக இருந்த அந்தப் பெண்ணின் நடு மார்பில் சொத்தேல் என்று நான் பந்தடித்து விட்டேன். நல்ல ஸ்கொயர் கட் அவள் மார்பில் போய் முடிந்தது. அவள் அப்படியே சொம்பைக் கீழே போட்டுவிட்டு, 'அண்ணா' என்று அலறிக் கொண்டு வீட்டுக்குள் ஓடியபோது, எங்கள் கிரிக்கெட் டீமே கலைந்து, தெற்கு வாசலுக்கும் அடையவளைஞ்சானுக்கும் சிதறி, நான் இருட்டியதும் மாறு வேடத்தில் ஓட்டன் சந்து வழியாக வீடு திரும்பிய போது, பத்மநாப அய்யங்கார் என் பாட்டியிடம் வந்து சண்டைபோட்டு உங்கள் பேரனைக் கண்டித்து வைக்குமாறு ஆணையிட்டுச் சென்ற செய்தி அறிந்துகொண்டேன். 'ஏண்டா இப்படி ஊர்ல இருக்கிற வம்பெல்லாம்?'

நான்கு தினங்கள் அதிகாலையிலேயே அவர் காவேரிக்குச் சென்றிருக்கும்போது பள்ளிக்குக் கிளம்பிச் சென்று இரவு நாழிகை மூவேழு சென்ற பின் வீடு திரும்பிக்கொண்டிருந்தேன்.

ஸ்ரீரங்கத்து தேவதைகள் ◆ 101

சம்பவம் மறந்திருக்கும் என்று உத்தேசித்த சில நாள்களில் தெருவில் மறுபடி ஓரமாக விளையாட ஆரம்பித்தோம். ஒரு தடவை சைக்கிளில் போய்க்கொண்டிருந்தவர் திடீர் என்று காலால் தேய்த்து நிறுத்தி, 'டேய் இங்கே வாடா' என்று என்னை மடக்கி, 'நீதானே அன்னிக்குப் பந்தடிச்சே' என்றார். என் ஓட்டத்துக்குத் தாக்குப் பிடித்து அவரால் சைக்கிளில்கூடத் துரத்த முடியவில்லை. நடுவே விடுமுறை தினங்கள் வந்தாலும், அவர் அறுப்புக்கு கிராமத்துப் பக்கம் போய்விட்டதாலும், அந்தச் சம்பவம் தேய்ந்து மறைந்துபோனது.

எனினும் கிரிக்கெட் பந்து அவர் வீட்டுக்குள் போனால் நாங்கள் ஒருவரும் கிட்டப் போகமாட்டோம். வேறு பந்து வாங்கிக் கொள்வோம். அந்த வீட்டின் அதிசயங்களைப் பற்றி வதந்திகள் நாளுக்கு நாள் அதிகரித்துக்கொண்டு வந்தன. ஒரு சின்ன மாடல் ரயில் வண்டி வைத்திருக்கிறார். தண்டவாளம் எல்லாம் இருக்கும். அந்த ரயில் 'போ' என்று சொன்னால் புறப்படும். 'நில்' என்று சொன்னால் நின்றுவிடும். வாய் வார்த்தை மட்டும் போதும்.

பாட்டரி இல்லாமல் எரிகிற பல்பு வைத்திருக்கிறார். அந்தச் சாதனங்கள் எல்லாம் எங்களுக்குத் தெரிந்த சிற்சில பௌதிக விதிகளைக்கூட மீறிய மாயாஜாலக் கனவுகளாக மாறின. அந்த வீட்டுக்குள் எப்படியாவது நுழைந்து பார்த்துவிடவேண்டும் என்ற ஆவல் என்னுள் அளவுக்கு மீறியது. பத்மநாப அய்யங்காரை நினைத்ததும் உடனே வடிந்தது. வீரராகவனும் நானும் ஒரு சனிக்கிழமை அவர் சட்டை போட்டுக்கொண்டு கோட்டைக்குச் சென்றிருக்கும்போது உள்ளே சன்னமாக நுழைந்து பார்த்துவிடலாம் என்று ஒரு சதித் திட்டம் போட்டோம். ஜம்பகா குழாயடிக்குப் போயிருக்கிறபோது மாது பின் பக்கம் சென்றிருக்கும் போது.. ரங்கன் கெடுத்தான். 'எதற்காக எல்லாக் கதவையும் தைரியமாகத் திறந்து வெச்சிருக்கா தெரியுமா? நீ இப்ப போறேன்னு வெச்சிக்கோ. வாசல் கதவைத் தாண்டினதும் தானா ஒரு மணி அடிச்சு கதவு மூடிண்டுடும். ரேழிக் கதவும் மூடிண்டுடும். அப்புறம் டென் அனாஸ் வர வரைக்கும் நீங்க ரெண்டு பேரும் அங்கேயே அடைஞ்சு கிடக்கணும். போறதுன்னா போய்ட்டு வாங்கப்பா!' ரங்கன் பொய் சொல்கிறான் என்று தெரிந்தாலும்.. அது பொய்யா என்று பரிசோதித்துப் பார்க்க எங்களுக்குத் தைரியம் வரவில்லை.

அந்த வீட்டுக்குள் நுழைய, எனக்குத் தற்செயலாக சந்தர்ப்பம் கிடைத்தது. அது பற்றிச் சொல்கிறேன். அதற்கு முன் செல்லப்பா வைப் பற்றியும், என் தம்பி வாங்கிய ஓட்டை கிராமபோன் பற்றியும் நான் சொல்லவேண்டும்.

செல்லப்பா பத்மநாப அய்யங்காருக்கு ஏதோ உறவு. மூன்றாவது டர்மில் அவன் அப்பாவுக்குத் திடீர் என்று ஈரோடுக்கு மாற்றி விட்டதால் படிப்பைத் தொடர இங்கு வந்து சேர்ந்தான். எதிர் வீட்டில் சேர்ந்த உடன் அன்று மாலையே எங்கள் கிரிக்கெட் டீமில் சேர வந்தான். எங்களுக்கு மிகவும் சந்தோஷம் ஏற் பட்டது. எங்கள் கிரிக்கெட் டீமின் விதிகள், சந்தா விவரங்கள் எல்லாம் சொன்னான். செல்லப்பாவுக்கு நிஜ கிரிக்கெட் ஆடித் தான் பழக்கம். கவர் பால் எல்லாம் ஆடியதில்லை என்றான். தானே காப்டனாக இருக்கவேண்டும் என்றான்.

நான் என் காப்டன் பதவியைத் துறந்து கொடுத்தேன். காரணம் எதிர்வீடு. இதோ முழுசாக ஒரு சினேகிதன் அந்த அற்புத மாளிகைக்குள் தினம் நுழைந்து தினம் வெளிப்படுகிறான். அங்கே வசிக்கிறான். பத்மநாப அய்யங்காரை 'அம்மாஞ்சி' என்று கூப்பிடுகிறான். ஜம்பகாவை விரட்டுகிறான். இவனல்லவோ தலைவன்!

மெதுவாகச் செல்லப்பாவை அந்த வீட்டின் ரகசியங்களைப் பற்றிக் கேட்க ஆரம்பித்தேன். 'நிறைய இருக்கு 'என்றான். டெலிவிஷன் பற்றிக் கேட்டேன். அவன் யோசித்து, 'நான் இன்னும் முழுக்கப் பார்க்கவில்லை. பெரிசா ஒரு பெட்டி மூடி இருக்கு. அதுக்குள்ளே இருக்கலாம். ஆனா சினிமா இருக்கு. ரங்கராஜா டாக்கீஸ் மெஷின் தோத்துடும். ஜெர்மன் மிஷின்' என்றான். என் அங்கங்கள் சிலிர்த்துக்கொண்டன. செல்லப்பா ஒரு மோசமான கிரிக்கெட் விளையாட்டுக்காரனாக இருந்தாலும் அவனை முதலில் பாட்டிங் செய்ய அனுமதித்தேன். எல்.பி. டபிள்யூ. எல்லாம் கேட்கவில்லை. ரன் அவுட் தரவில்லை. தத்தியாக பௌலிங் செய்தாலும் ஓவர் அனுமதித்தேன், நிற்க.

என் தம்பிக்கு ஹிந்தி சினிமாப் பாட்டுகள் பிடிக்கும். திருச்சியில் கண்ணன் கம்பெனியில் இசைத் தட்டுகள் விற்பார்கள். சிங்காரத் தோப்பில் ஒரு கடையில் மாலை வேளைகளில் உறை இல்லா மல் கருப்புத் தகடுகள் இசைத் தட்டுகள் ஏராளத்துக்கு அடுக்கி இருக்கும். நாங்கள் தீபாவளிக்குத் துணியெடுக்க ஆறுமுகத்

துடன் திருச்சி சென்றிருந்தபோது அந்தக் கடையில் 'ஃபார் ஸேல்' என்று போட்டு ஒரு பழைய கிராமபோன் வைத்திருந்தது, பார்க்க சுமாராக இருந்தது. அதைப் பார்த்ததும் என் தம்பிக்குக் கண்கள் மலர்ந்தன.

'இதைப் போட்டுக் காமிய்யா' என்றான் கடைக்காரனிடம். அவன் அதற்கு ஜில்லென்று லாகவமாகச் சாவி கொடுத்து, ஒரு இசைத் தட்டை வைத்து, துருப் பிடிக்காத ஊசியை சவுண்ட் பாக்ஸில் வைத்துத் திருகி, அதைச் சுற்ற வைத்து, இசைத் தட்டின் ஆரம்பத்தில் அதைத் தொட்டான். 'ஹை மெரி துனியா!' என்று புறப்பட்ட கீச்சுக் குரல் என் தம்பிக்கு தேவகானமாக இருந்திருக்க வேண்டும். உடனே 'எனக்கு தீபாவளிக்குப் பட்டாசு வேண்டாம், புதுத் துணிகூட வேண்டாம்' என்று அடம்பிடித்து அந்த இடத்தை விட்டு நகர மறுத்தான். 'கிராமபோன்தான் வேண்டும்' என்றான். ஆறுமுகம் அவனிடம், 'பாட்டி திட்டுவாங்க' என்று எவ்வளவோ மன்றாடிப் பார்த்தான். கடைசியில் அந்தக் கடைக்காரனுடன் சரமாரியாகப் பேரம் பேசி, பதினைந்து ரூபாய்க்கு அந்தப் பெட்டியை வாங்கினான். அதை இரண்டு கைகளாலும் அணைத்துக்கொண்டு வந்தான் என் தம்பி. திரும்ப வரும்போது பஸ் பூரா கிருஷ்ணாயில் வாசனை வந்தது. அந்த கிராமபோனிலிருந்துதான் என்று எனக்கு அப்போது தெரிய வில்லை. வீட்டுக்கு வந்ததும் பாட்டி திட்டினாள்.

அடுத்த தினங்களில் என் தம்பி இசைத் தட்டு சேகரிப்பதில் முனைந்தான். என்.எஸ். கிருஷ்ணனின் 'ஆம்ளைக் கீடோ', கே.பி. சுந்தராம்பாளின் 'பண்டித மோதிலால் நேருவைப் பறி கொடுத்தோமோ..' போன்ற பழைய பாடல்கள்தான் கிட்டினவே ஒழிய, சமீபத்திய ஹிந்திப் பாடல்கள் கிடைக்கவில்லை. யார் யாரையோ கேட்டுப் பார்த்தான். அம்மா மண்டபம் வரை இரவலுக்காக அலைந்தான்.

அந்தத் தினம் சரித்திரப் பிரசித்தமானது என் தம்பிக்கும் எனக்கும். என் தம்பிக்கு முகம்மத் ரபி, லதா மங்கேஷ்கர் இசைத் தட்டுகள் சில ஒரே ஒரு தினத்துக்காக இரவல் கிடைத்ததால். எனக்கு எதிர்வீட்டு அலாவுதீன் மாளிகைக்குள் முதற் பிரவேசம் கிடைத்ததால்.

புதிய இசைத் தட்டுகள் கிடைத்த சந்தோஷத்தில் என் தம்பி எங்கள் எல்லோரையும் மாடிக்குக் கூப்பிட்டு நடுவே ஸ்டூல்

போட்டு, தன் கிராமபோனை வைத்து, சுற்றி வர எங்களை உட்காரச்செய்து சாவி கொடுத்து, ஆவலுடன் முதல் இசைத் தட்டை வைத்தான். சுறுசுறுப்பாக ஆரம்பித்த அந்தப் பாட்டு ஒரு நிமிஷத்தில் சோர்விழந்தது - அந்தக் கிராமபோனுக்கு கவர்னர் எதுவும் வேலை செய்ததாகத் தெரியவில்லை - லதா மங்கேஷ் கராக ஆரம்பித்த இசைத் தட்டு முகம்மது ரஃபியாக மாறி, மரண ஊர்வலம் சென்று, மூன்று நிமிஷங்களுக்கு முன்பே நின்று விட்டது. ரங்கன் 'நன்னால்லையே' என்றான். வீரராகவன், 'வாடா போகலாம்' என்றான். என் தம்பி சோகமாக அந்தப் பதினைந்து ரூபாய் கிராமபோனைப் பார்த்து அதைத் திருகிக் கொண்டிருந்தான்.

எல்லோரும் விலகியபின் நான், என் தம்பி, செல்லப்பா மட்டும் பாக்கி இருந்தோம். 'என்னடா கிராமபோன் இது. ரொம்ப ஓட்டை போல இருக்கிறதே' என்றான். 'வாங்கினபோது நன்றாக இருந்தது' என்றான் என் தம்பி. 'எங்கள் வீட்டில் ஒரு கிராமபோன் இருக்கிறது. பிரமாதமாகப் பாடும்' என்றான். 'என்ன பிரயோசனம்? உங்க அம்மாஞ்சி கொடுக்கமாட்டாரே' என்றேன். 'அம்மாஞ்சி இல்லை. கோட்டைக்குத் துணி எடுக்கப் போயிருக்கார். ஜம்பகா இல்லை. பாட்டி மட்டும் இருக்கிறாள்' என்றான். என்னுள் ரத்த அழுத்தம் எகிறியது. அவன் அடுத்த வாக்கியத்துக்காகக் காத்திருந்தேன். சற்று யோசித்தான். என்னைப் பார்த்தான். என் தம்பி 'இந்த இரண்டு பிளேட்டை மட்டும் போட்டுக் கேட்டுடலாம். பர்ஸாத் பாட்டு' என்றான்.

'இரண்டு என்ன அத்தனையும் போட்டுக் கேட்கலாம். ஒரே ஒரு சிக்கல்! பாட்டிக்குக் கண் தெரியாது. ஆனா காது கேட்கும்! ஒண்ணு செய்யலாம். நீ இங்கேயே இரு. ஒரு நிமிஷம் நீ வாடா?' என்றான்.

'எங்கே?' என்றேன்.

'எங்காத்துக்கு. ஒருத்தரும் இல்லை. தைரியமா வா.'

என் புளகாங்கிதத்தை, என் பயத்தை, என் ஆர்வத்தை, என் தயக்கத்தை, என்னுள் பரவிய மின்சாரத்தை வர்ணிக்க முடியாது.

மெதுவாக இருட்டிக்கொண்டிருந்தது. நான் செல்லப்பாவுடன் அந்த வீட்டில் நுழைந்ததை யாரும் கவனிக்கவில்லை.

வாசலில் கலர் கலராகக் கண்ணாடிக் குழல்கள் கோத்து அதிலேயே 'வெல்கம்' என்று வேலைப்பாடு இருந்தது. அது காற்றில் ஆடியபோது 'டிங்டிங்' என்று சங்கீதம் செய்தது.

பிற்காலத்தில் ஸாலார்ஜங் மியூசியத்துக்குச் சென்றபோது எனக்கு ஏற்பட்ட உணர்ச்சி பழகிய உணர்ச்சியாக, ஏற்கெனவே உணர்ந்த தாக இருந்ததற்குக் காரணம் அன்றுதான்.

உள்ளே போனதுமே ஒரு வித வாசனை, பாச்சை உருண்டை வாசனையா, மர வாசனையா, மண் வாசனையா, தவுடா, செண்ட்டா, எது என்று சொல்ல முடியவில்லை. ஓரத்தில் ஒரு தையல் மிஷின். நீல உறை போட்டு மூடியது. ஃப்ரெஞ்சு தேசத்து கால் ஆர்மோனியம் ஒன்று. ஆள் உயரக் கண்ணாடி. சீன தேசத்துச் சப்பை மூக்கு அழகிகளின் படம் ஒன்று. மர வேலைப்பாடுகள் அமைந்த நாற்காலி. கடிதம் எழுதத் தனி மேஜை. ரவி வர்மா படங்கள். கிளி தொங்கும் ஊஞ்சல், மான் தோல் ஆசனங்கள். சரசபரில்லா.

'யார்ரா அது?'

'நான்தான் பாட்டி செல்வம்.'

'கூட யாரு?'

அவன் உதடுகளில் விரல் வைத்து சைகை காட்டியவாறு, 'கூட ஒருத்தருமில்லையே' என்றான்.

'அவாள்ளாம் எப்ப வருவா?'

'எட்டு எட்டரை ஆகும்னா அம்மாஞ்சி.'

'வாசக் கதவைத் திறந்து வெச்சுட்டுப் போய்டாதே.'

'இல்லை பாட்டி.'

செல்லப்பா அந்த அதிசயங்களைக் கவனிக்காமல் நேராக ஒரு சிறிய அறைக்குச் சென்றான். உள்ளே நெல் மூட்டைகள் அடுக்கி இருந்தன. அலமாரியில் புத்தகங்கள் அடுக்கி இருந்தன. மர பீரோவில் கண்ணாடி பதித்திருந்தது. கசகச என்று எத்தனை சாமான்கள்? இருட்டில் அடையாளம் தெரியவில்லை. புஸ் என்ற ரவிக்கையும் ஒட்டியாணமும் ஆக மாமி அருகில் நிற்க, அய்யங்கார் குடுமியை மறைத்து குல்லாய் போட்டுக்கொண்டு

கெடிகாரச் சங்கிலியும் வெய்ஸ்ட் கோட்டும் பாண்டுமாக ரத்னா ஸ்டுடியோவில் எடுத்துக்கொண்ட படம்.

அதோ மெலிய கோக்கோ கலரில் கைக்கு அடக்கமாகக் கச்சிதமாக அந்த கிராமபோன் பெட்டி இருந்தது. செல்லப்பா அதைச் சப்தமிடாமல் எடுத்து அணைத்துக்கொண்டான். அறைக்கு வெளியே வந்தான். அடையாளத்தில் என்னைக் கதவைச் சாத்தச் சொன்னான்.

அந்த இருட்டில் மெலிதாகத் தெரிந்த வடிவங்கள் என் ஆர்வத்தைப் பூர்த்தி செய்யவில்லை. ஆ என்று அண்ணாந்து பார்த்திருக்க 'வாடா' என்று ரகசியமாக அதட்டினான். நான் அவன் பின் சென்றேன்.

மாடிக்கு வந்து அவசர அவசரமாக அந்த கிராமபோன் பெட்டியைத் திறந்தோம். என் தம்பி குதிக்கவே ஆரம்பித்து விட்டான். பெட்டியின் மேல் மூடியில் சாவி ஒளிந்து கொண் டிருந்தது. பளபளவென்று சாவி. எச்.எம்.வி. விக்டரோலா என்கிற அருமையான செட். சாவி கொடுக்கும் போது பூவாக இருந்தது. இசைத் தட்டு வைக்கும் தட்டில் புசுபுசுவென்று பச்சைக் கம்பளி ஸ்பீட் குறைக்க ஏற்ற எல்லாம் லீவர். சிறிய மஞ்சள் மூடிப் பெட்டியில் பளபளவென்று ஊசிகள். வாசனை!

ஆசை தீரக் கேட்டோம். அழகான கானங்கள். அழகான வாத்தியப் பின்னணி. என் தம்பி சொக்கியே போனான். மரியாதையாகத் திருப்பிக் கொண்டு வைத்திருக்கலாம், விதி யாரை விட்டது?

மணி ஆறரைதான். 'அவர்கள் திரும்பி வர இரண்டு மணி நேரம் இருக்கிறது. இன்னும் ஒரு தடவை போட்டுக் கேட்டுவிடலாம்' என்றான் செல்வம்.

'ஃபுல்லா எல்லாத்துக்கும் சேர்த்தாப்பலே கூட சாவி கொடுக்கலாம். ப்ளேட்டுக்கு பிளேட் கொடுக்கவேண்டாம்' என்றான்.

நான் சாவி கொடுத்தேன்.

'போறுண்டா' என்றேன்.

'இன்னும் குடுடா' என்றான்.

இன்னும் கொடுத்துப் 'போறுண்டா' என்றேன்.

'பயப்படாதே டைட்டா குடு. சாவி ஜாஸ்தியானா, தானா ஆட்டோ மாட்டிக்கா கழண்டுக்கும்.'

நான் விண் என்று சாவி கொடுத்தேன். உள்ளே ஏதோ வெடிக்கும் சப்தம் கேட்டது. இசைத் தட்டு அதன் பீடத்துடன் மஹாவிஷ்ணு வின் சக்கரம் போலச் சுழன்று, காற்றின் மத்தியில் சுழற்றிவிட்டு உருண்டது. கிராமபோனில் வயிற்றிலிருந்து பட்டை பட்டை யாக இரும்புத் துண்டங்கள் தெறித்து உருண்டது. விழுந்து நின்றது.

அந்த இடத்தில் மயான அமைதி நிலவியது. செல்லப்பா பேசி னான். 'ஏண்டா இவ்வளவு டைட்டா சாவி கொடுத்தே?'

'அடப்பாவி! நீதானேடா சொன்னே!'

'அதுக்குன்னு இவ்வளவு டைட்டாவா கொடுப்பா? இப்ப என்னடா பண்றது! அம்மாஞ்சிக்கு என்னடா பதில் சொல்லப் போறேன்.'

அவன் அழ ஆரம்பித்தான். எனக்கும் அழுகை வந்தது. என் தம்பி 'நான் தொடலப்பா!' என்றான். என் மனக்கண் முன் பத்மநாப அய்யங்கார் ராட்சச உருவெடுத்தார்.

செல்லம் கண்ணைத் துடைத்துக்கொண்டு கீழே இருந்த பல பகுதிகளைப் பொறுக்க ஆரம்பித்தான். 'பை இருக்கா?' என்றான்.

'என்ன செய்யப் போறே?' என்றேன்.

'அவர் வரதுக்குள்ளே ரிப்பேர் செய்ய முடியுமா? பார்க்கலாம், பணம் நீதான் குடுக்கணும்!'

'பணமா! அதை அப்புறம் யோசிக்கலாம். முதலில் ரிப்பேர்!'

சைக்கிளின் பின்னே கிராமபோனை மூட்டை கட்டி, பைக்குள் அதன் சுதந்தரமடைந்த பாகங்களைப் போட்டுக்கொண்டு வேகவேகமாக நாங்கள் மூவரும் தெற்கு வாசலை நோக்கிக் கிளம்பினோம். மணி ஏழு. ஒன்றரை மணி நேரத்தில் அதைச் சரி செய்ய முடியுமோ? கடவுளே எத்தனை காசு கேட்பானோ!' என் வயிற்றில் பயம் கவ்விக்கொண்டது.

'இவ்விடம் காப்பிக் கொட்டை மெஷின், பெட்ரோமாக்ஸ், ஆர்மோனியம், கிராமபோன் முதலிய சகலவித சாமான்களும் சகாயமாக ரிப்பேர் செய்யப்படும்!'

நல்ல வேளை கிராமபோன்.

காதில் கண்ணாடிக் கயிற்றை மாட்டிக்கொண்டு அந்த ஆசாமி நாங்கள் பரப்பிய கிராமபோனையும் அதன் பாகங்களையும் விரிந்த கண்களால் பார்த்தான்.

'ச்ச்ச்ச்...' என்று மொழிந்தான். மௌனமாகத் தலையை ஆட்ட அதனுடன் என் இதயம் ஆடியது.

'பூராவே போய்டுச்சே!'

என்னைப் பார்த்துச் சிரித்தான்!

'ஃபஷ்ட் கிளாஸ் பொட்டி! எச்.எம்.வி! மெயின் போயிருக்கு! இத பார் துண்டு துண்டா.'

செல்லப்பா 'இதை ஏதும் பத்த வெக்க முடியாதா ஆச்சாரி?' என்றான்.

'இதையா!' என்றான் ஏளனமாக. 'உங்கிட்ட வேற ஸ்பிரிங் இருக்கா?'

'எங்கிட்டயா?' மறுபடி ஏளனம்.

'ஒரிஜினல் அமெரிக்கன் ஸ்பிரிங் பாரு. இதைப் போய் ஒடிச்சிருக்கியே!'

'நான் இல்லை அவன்!' என்றான் செல்வம். இப்ப என்னதான் செய்யறது?

'டெம்ப்ரரியா என்கிட்ட பளய ஸ்பிரிங் ஒண்ணு இருக்கு. போடறேன். வேலை செஞ்சா செய்யும். இல்லைன்னா இல்லை உன் லக்கு! காசு கொண்டு வந்திருக்கியா! வீட்டில் பெரியவங்க யாரையும் அளைச்சுட்டு வரலையா?'

'வந்திண்டிருக்காங்க. கோயிலுக்குப் போயிட்டு பின்னாலேயே வருவாங்க, நீ ரிப்பேரை ஆரம்பி!'

'இப்பவேவா!'

'ஆமாம். இப்பவே முடிச்சுக் குடுத்துடு ஆசாரி!'

'எவ்வளவோ வேலை தலைக்கு மேல் கிடக்கு' அவனிடம் ஒரு வேலையும் இருந்ததாகத் தெரியவில்லை.

ஒரு நிமிஷத்தில் என் வாழ்வில் நிகழ்ந்த அதிர்ச்சிகளைப் பார்த்தீர்களா! எனக்கு என்ன பாட்டு? எதற்காக நான் சாவி கொடுத்தேன்? இப்போது பணத்துக்கு என்ன செய்யப் போகிறேன்? பத்து பதினைந்து ரூபாய் கேட்டால்?

செல்லத்தைத் தனியாகக் கூப்பிட்டேன். 'டேய் எங்கிட்ட பணம் கிடையாதுடா.'

'உங்க பாட்டிகிட்டக் கேட்டு வாங்கிண்டுவா. ஏன் உடைச்சே?'

'எங்க பாட்டி இரண்டணாவுக்கு மேலே குடுக்க மாட்டாடா!'

'அழாதே, பணத்தைப் பற்றி அப்புறம் யோசிக்கலாம். முதல்லே அவர் வரதுக்குள்ள பொட்டியைத் திரும்ப வெச்சுடணும்!' செல்லப்பா ஒரு க்ரைஸிஸ் ஆசாமி என்பது அப்போது தெரிந்தது.

ஆசாரி கிராமபோனைப் பொறுக்கிக்கொண்டு கடையின் பின்புறம் சென்றான். செல்லமும் நானும் ஒருவரை ஒருவர் பார்த்துக்கொண்டு கையைப் பிசைந்துகொண்டு நின்றோம்! என் தம்பி இசைத் தட்டுகளைத் திருப்பிக் கொடுக்கச் சென்று விட்டான். அவனுக்கு இந்த விவகாரத்தில் சம்பந்தமே இல்லாதது போல் நடந்துகொண்டான். கடைக்குள்ளே ரிப்பேர் சப்தம் கேட்டது. பெருமாளே! பெருமாளே! கிராமபோன் சரியாகிவிடவேண்டும்.. சரியாகிவிடவேண்டும்.

பெருமாள் என் பிரார்த்தனையைக் கேட்டு விட்டார் போலும்!

'என்னடா செல்லம், இங்கே நின்னுண்டிருக்கே?' என்று குரல் கேட்டுத் திடுக்கிட்டேன்.

பத்மநாப அய்யங்கார்! கையில் ரிஸ்ட்வாட்ச். பின்னால் மாட்டு வண்டியில் மனைவியும் ஜம்பகாவும் வர, சனியன் காலாற நடந்து வந்துகொண்டிருக்கிறது..

'ஆத்தைத் திறந்து போட்டுட்டு வந்துட்டியா?'

'இஇ.. இல்லே அம்மாஞ்சி! பாட்டி இருக்கா.'

'இங்கே தெற்கு வாசல்லே என்ன பண்ணிண்டிருக்கே? அதுவும் இந்தக் கடையிலே! யோவ் ஆசாரி!'

'யாரு?' என்று வெளியே எட்டிப் பார்த்தவன். 'அட சாமிங்களா!' என்றான்.

'என்னய்யா பண்றே?'

'ரிப்பேரு!'

'என்ன ரிப்பேரு!'

'கிராமபோன் ஃபஷட் கிளாஸ் அமெரிக்கன் மாடல்!'

பத்மநாப அய்யங்காரின் ஸாலர்ஜங் மனப்பான்மை உசுப்பப் பட்டிருக்கவேண்டும். 'ஒதுங்குடா! பார்க்கலாம்' என்று கடைக் குள் நுழைந்துவிட்டார்.

செல்லப்பா அப்படியே கம்பமாக நின்றான். எனக்கு ஓட தைரியம் வரவில்லை. நாக்கு ஒட்டிக்கொண்டுவிட்டது. இடம் கொஞ்சம் எக்கச்சக்கமாக இருந்தது. கை, கால் உதறல் எடுத்தது.

'அட!' என்றார் பத்மநாப அய்யங்கார். 'இதே மாதிரி மாடல் ஒண்ணு எங்கிட்டகூட இருக்குடா! என்ன ரிப்பேர் இதுலே?'

'யார் இது?'

'இவாத்துது அம்மாஞ்சி!' என்றான் என்னைக் காட்டி.

'மெயின் ஸ்பிரிங் ஒடிஞ்சிருக்கு' என்றான் ஆசாரி.

'எங்கே பல்ப் வெளிச்சத்துக்குக் கொண்டு வா பார்க்காலாம்.'

'அடடாடா! சுக்குச் சுக்கா உடைஞ்சிருக்கு. கோதை பேரன் தானேடா நீ. உங்காத்துதாடா இது. உங்காத்திலேயும் இந்த மாதிரி மாடல் இருக்குன்னு எனக்குத் தெரியவே தெரியாதே. அதான் ஒரு வாரமா கீச்சு கீச்சுன்னு கிராமபோன் சத்தம் வந்திட்டிருந்தது உங்காத்திலே. கேட்டேன்! ஆனா இந்த மாடல்னு தெரியாது. இதுக்குக்கூட ஒரு ஸ்பேர் மெயின் ஸ்பிரிங் என்கிட்ட இருக்கு. வேணுமா?'

ஸ்ரீரங்கத்து தேவதைகள் ♦ 111

அவ்வளவுதான். நான் மண்டிபோடாத குறையாக, அழாத குறையாக 'மாமா இந்த கிராமபோன்..' என்று ஆரம்பித்து சகலத்தையும் அவரிடம் ஒப்புக் கொண்டுவிட்டேன்.

என் வாழ்விலேயே ஒரு மிக மகத்தான ஆச்சரியம் அப்போது நிகழ்ந்தது.

பொறுமையாக நான் சொன்னதை முழுவதும் கேட்டுக் கொண்டிருந்து விட்டு பத்மநாப அய்யங்கார் 'போனாப் போறது!'' என்றார்.

12. கிருஷ்ண லீலா

கிருஷ்ணமூர்த்தி என் இளவயதின் ஒரு கால கட்டத்தை மிகவும் ஆக்கிரமித்தான். அவனும் நானும் ஐந்தாம் வகுப்பிலிருந்து பள்ளி இறுதிவரை ஒரே பள்ளியில் படித்தோம். ஒரே தெருவில் இருந்தோம். சில வருஷங்களில் ஒரே செக்ஷனில் கூட இருந்தோம். ஆறாம் வகுப்பில் என் அருகில் உட்கார்ந்திருந்தபோது என்னை ஒரு சிறிய 'ஸேப்டி பின்'னினால் இடது தொடையில் அவன் குத்தினது இன்னும் வலிக்கிறது. நான் வீறிட்டு ஏ.ஆர். சாரிடம் நியாயம் கேட்டேன். ஏ.ஆர். விஷயத்தின் தீவிரத்தை உணர்ந்து, 'இது பெரிய கேஸ். ரத்தம் வந்த கேஸ். ஹெட்மாஸ்டரே தீர்ப்பளிக்கட்டும்' என்று என்னையும் அவனையும் மானிட்டருடன் ஹெட் மாஸ்டர் அறைக்கு அனுப்பிவிட்டார்.

அங்கே செல்கையில் பாதி வழியில் கிருஷ்ண மூர்த்தியும் என்னுடன் சேர்ந்து விசும்ப ஆரம்பித்து விட்டான். அதனாலும், ஹெட் மாஸ்டருக்குக் காது மந்தமாக இருந்ததாலும், கேஸை விவரிக்க வந்த மானிட்டரின் திறமைக் குறைவாலும் ஹெட் மாஸ்டர் நான்தான் கிருஷ்ணமூர்த்தியை ஊசியால் குத்தினேன் என்று நினைத்துக்கொண்டு என்னை செவிட்டில் அறைந்து, என் தாத்தா டெபுடி கலெக்ட ராக இருந்ததைச் சொல்லி, அவர் பெயருக்கு நான் இழுக்குக் கொண்டுவருவதாக என்னைத் திட்டி,

நெருப்பாக முறைத்தார். மானிட்டர் மடையன் விஷயத்தைச் சரியாக அவருக்கு விவரித்து, அது அவருக்குப் புரிந்து.. அதற்குள் அதன் தீவிரம் ஆறிப்போய்விட்டது. கிருஷ்ணமூர்த்திக்கு லேசாகத் தலையில் ஒரு குட்டு மட்டும்தான் கிடைத்தது. இந்தத் தண்டனையின் அநியாயம் என் மனத்தில் இன்னும் முப்பது வருஷங்களாகியும் தேங்கி இருக்கிறது. எப்போதாவது அதை நினைக்கையில் ஒரு விசும்பல் வருகிறது.

கிருஷ்ணமூர்த்தி குள்ளமானவன். குள்ளமானவர்கள் பலரிடம் சற்று வித்தியாசமான விஷயம் ஏதாவது ஒன்று இருப்பதை நான் நிறைய பார்த்திருக்றேன். சர்வாதிகாரிகள் பெரும்பாலும் குள்ள மாக இருந்திருக்கிறார்கள் என்று கேள்விப்பட்டிருக்கிறேன். கிருஷ்ணமூர்த்தியுடன் நான் சண்டை போட்டிருந்தால் நான் ஜெயித்திருப்பேன். எவ்வளவோ தடவை அவனுடன் போராட எனக்கு ஆத்திரம் ஏற்பட்டது. ஆனால், போராட எனக்கு மனசில் தைரியம் ஏற்படவில்லை. இதற்குக் காரணம் நான் உயரமாக வளர்ந்திருந்தாலும் என் உள்ளே இருந்த கோழைத்தனமும், சுலபமாக அடிமைப்படுவதில் இருந்த சந்தோஷமும் ஒருவித மான மந்தத்தனமுமேதான் என்று பிற்காலத்தில் நான் புத்தகங் கள் படித்தவுடன் காரணம் சொல்லிக்கொள்கிறேன்.

கிருஷ்ணமூர்த்தி இயல்பான தலைவன். இயல்பான சர்வாதிகாரி. எங்கள் தெரு கிரிக்கெட் கோஷ்டிக்கு அவன்தான் காப்டன். எனக்குப் 'பௌலிங்' கொடுக்கமாட்டான். ஒன்பதாவதாகப் 'பாட்' செய்யச் சொல்வான். தான் அவுட் ஆனதும் 'டிக்ளேர்' செய்துவிடுவான். பந்து சாக்கடையில் விழுந்தால் நான்தான் எடுத்து அலம்பிக்கொண்டு வரவேண்டும். சீதாப் பாட்டியின் வீட்டுக்குள் பந்து சென்றுவிட்டால், நான்தான் போய் முழங் காலில் மண்டியிட்டுக் கெஞ்சி அதை மீட்டுக் கொண்டு வர வேண்டும். தெருவில், எப்போது கிரிக்கெட் சீஸன் முடிந்து பம்பர சீஸன் ஆரம்பம் என்பதை கிருஷ்ணமூர்த்தியே தீர் மானிப்பான்.

பம்பரத்தில் தலையாரி என்று ஒரு ஆட்டம் உண்டு. கொடுமை! புதிதாக ரங்க விலாசத்தில் ஒரு அணா கொடுத்து வாங்கிய என் பம்பரத்தின் புதிய வர்ணத்தைச் சேதப்படுத்திச் சொறி நாய் போல ஆணிக் குத்துகள் ஏற்படுத்தும் ஆட்டம். அவர்களுக்கு எல்லாம் கோஸ் எடுக்கச் சுலபமாக வரும். எனக்கு மட்டை அடிக்கும். அவர்களுடன் சுலபமாக விளையாடாமல் இருந்திருக்க முடியும்.

ஆட்டத்துக்கு வரவில்லை என்றால் என்னைப் பெண்பிள்ளை என்று சொல்வார்கள். 'பெண்பிள்ளை' என்கிற பட்டம் எனக்கு உலகிலேயே அவமானம் மிகுந்ததாக அப்போது தோன்றியது.

அப்புறம் 'குச்சிப்ளே' என்று மற்றொரு கொடுமையான விளை யாட்டு. அந்த ஆட்டம் ஆரம்பிக்கப் போகிறார்கள் என்றாலே, எனக்கு வயிற்றில் புளியைக் கரைக்கும். ஒருவிதமான விநோத மான 'ஒண்ணர டூவர டக்கர டன்' என்கிற கணக்கில் நான்தான் பெரும்பாலும் முதல் பலியாக மாட்டிக்கொள்வேன். குச்சி ப்ளே என்பது ஒருவிதமான ஹாக்கி போல. ஆளுக்கொரு சுள்ளிக் குச்சி வைத்துக்கொள்வோம். முதலில் மாட்டிக் கொண்டவன் (நான்) இரண்டு கைகளையும் தூக்கிக்கொண்டு விரல் இடுக்கில் குச்சியை இறுக்கிப் பிடிக்காமல், தளர்ச்சியாக வைத்துக் கொள்ள வேண்டும். அதை முதலில் ஒருவன் தன் குச்சியால் பறக்க வைப்பான். மற்றவர்கள் தம் குச்சிகளால் அதைத் தள்ளிக் கொண்டே செல்வார்கள். அவர்களைப் பிடிக்க வேண்டும். என் குச்சியையும் பாதுகாத்துக்கொள்ளவேண்டும். பிடிப்பது என்பது கல்லில் குச்சிபடுவதற்கு முன் அவர்களைத் தொடுவது. எவனையாவது ஒருவனை மட்டும் துரத்தினாலும் நம் குச்சி மற்றவர்களால் தள்ளப்பட்டுத் தூர தேசம் போய்விடும். அவனைத் தொடுவதற்குள் அவன் கல்லுக்குச் சென்று தப்பி விடுவான். இந்த ஆட்டத்தின் விதிகளை யார் நிர்ணயித்தார்கள் என்று தெரியவில்லை. மிகவும் பாரபட்சமானது. கிருஷ்ண மூர்த்தியை ஒரு தடவை ஸ்பஷ்டமாகக் கல்லில் இல்லாதபோது தொட்டேன். அவன், தான் 'அவுட்' இல்லை என்று சாதித்தான். அந்த வாக்குவாதத்தில் என் குச்சி தெற்கு வாசல் போய்விட்டது. அங்கிருந்து ஒரு மைல் நொண்டி அடித்து ஆரம்பத்துக்கு வரவேண்டியிருந்தது. 'நொண்டி நொண்டி நொண்டிக்கோ! வெல்லம் தரேன் கடிச்சுக்கோ!' என்கிற பின்னணியுடன்.

கிருஷ்ணமூர்த்தியிடம் ஒருவிதக் கவர்ச்சி இருந்தது. சில வேளை என்னை அணைத்துக்கொண்டு, தனியாக அழைத்துச் சென்று பேசுவான். அதே சமயம் 'அட்டாக்' கொடுத்துத் தள்ளியும் விடுவான். அவனிடம் எதிர்பாராத தன்மை ஒன்று இருந்தது. அவனுக்குத் தமிழில் பல கெட்ட வார்த்தைகள் அர்த்தத்துடன் தெரிந்திருந்தன.

அவன் ஒரு தடவை சிகரெட் குடித்துப் பார்த்து, அந்த அனு பவத்தை விவரமாகச் சொன்னான். பெண்கள் என்கிற விஷயமே

அப்போது எங்களுக்கு அசுத்தமானதாகவும், ஆரோக்கியக் குறைவானதாகவும் இருந்தது. அந்த இரண்டுங்கெட்டான் வாழ்க்கையில் பெண்களுக்கு இடமே இல்லாமல் இருந்தது. அவர்கள் விளையாட்டுகளும் விழாக்களும் தனியாக இருந்தன. கிருஷ்ணமூர்த்தி இந்த எல்லையை மீறிப் பல தடவை பெண்கள் பற்றிய விஷயங்களை எல்லாம் பேசுவான். ஆதாரமாக உடற்கூற்றுச் சாஸ்திரத்தில் இந்த இரண்டு ஜாதிகளுக்கும் இருந்த முக்கிய வித்தியாசங்களைப் பற்றி மசாலா சேர்த்துச் சொல்வான். எங்கள் கன்னத்தில் ரத்தம் பாயும். கார்டு மாமாவின் மூத்த பெண்ணை கிருஷ்ணமூர்த்தி ஒரு தடவை பின்தொடர்ந்ததையும், அவள் வடக்கு வீதித் திருப்பத்தில் கறுப்பாக ஓர் ஆளிடம் கடுதாசி கொடுத்ததை, குப்பைத் தொட்டிக்குப் பின்னால் பதுங்கி கவனித்ததையும், அவன் வால்டர்ஸ்காட் நாவல்கள் போல் விவரிப்பான். திருச்சியில் ஒரு பார்பர் ஷாப்பில் இருக்கும் சீன அழகிகளின் போட்டோவைப் பற்றியும், ஹரிதாஸ் படத்தில் அவன் மட்டும் பார்த்த ஒரு வெட்டப்பட்ட காட்சியையும் விவரிப்பான். எங்கள் எல்லாரையும் கூட்டி வைத்துச் சவுக்கார வீட்டுத் திண்ணையில் அவன் சொன்ன தொடர்கதைகள் - பாலங்கள் இடிந்தன; சின்னப் பையன்கள் தொங்கினார்கள்; கீழே வெள்ளத்தில் முதலைகள் தெரிந்தன.

அப்புறம் திடீரென்று தெருவின் சுவர்களில் எல்லாம் கரிக் கோட்டில் எஸ்.கே.ஓ. என்கிற எழுத்துகள் தோன்றும். இந்த மாதிரி மர்ம எழுத்துகளின் உள் அர்த்தமும் விபரீத வியாக்கியானங்களும் அவனுக்குத் தெரிந்திருக்கும். சொல்ல மாட்டான். எட்டணா கொடுத்தால் சொல்லுவேன் என்பான். எட்டணா அப்போது எட்டாத அணா.

எப்போதும் அவனைப் பின்பற்றி நாங்கள் சென்று கொண்டிருப் போம். அவன் தலைமையை நாங்கள் எப்போதாவது மறுத்ததாக ஞாபகமே இல்லை. வேறு ஒருவரும் அந்தப் பதவியை விரும்பவும் இல்லை. அவன் அமைத்த ‘சீரங்கம் சிறுவர் சங்கம்’ (எஸ்.எஸ்.எஸ்.) ஒரு கையெழுத்துப் பத்திரிகை நடத்தியது. கிருஷ்ணமூர்த்திதான் ஆசிரியர். அதற்குப் பெயர் ‘கீழ்த் தென்றல்.’ ஜனார்த்தனனின் கையெழுத்து நன்றாக இருக்கும். அவனே மாய்ந்து மாய்ந்து எழுதுவான். சிவசாமி ‘முயல்’ என்கிற பெயரில் படங்கள் வரைவான். ஒரு தடவை அவன் பத்திரிகைப் படங்களின் கீழ்க் கார்பன் வரைவதை நான் பார்த்துவிட்டேன். கிருஷ்ணமூர்த்தி ‘கீழ்த் தென்றலி’ல் ‘ஆவி’ என்று ஒரு கதை

எழுதினான். லா.ச. ராமாமிர்தத்தின் வரிகளை அப்படியே உபயோகித்திருந்தான். இதை நான் கண்டுபிடித்ததை மற்றவர்களிடம் சொல்லியிருந்தால் என்னை ஜாதிப் பிரஷ்டம் செய்திருப்பான்.

எஸ்.எஸ்.எஸ்.ஸியில் எங்களுக்கு எல்லாம் சைக்கிள் கற்றுத்தர ஓர் ஏற்பாடு இருந்தது. அதன்படி ஆளுக்குக் காலணா கொண்டு வந்து, வாடகை சைக்கிள் ஒரு மணி நேரத்துக்கு எடுப்போம். ஒரு மணி நேரத்தில் எட்டுப் பேர் கற்றுக்கொள்ளவேண்டும். சைக்கிள் கற்றுக்கொள்வதைவிட சைக்கிளுடன் இரைக்க இரைக்க ஓடுவதுதான் அதிகம் இருந்தது. கிருஷ்ணமூர்த்தியே தடவைக்கு தடவை ஓட்டிக் காட்டுவான். எனக்கும் சந்தர்ப்பம் வந்து, எனக்கும் 'பாலன்ஸ்' வந்தபோது, கிருஷ்ணமூர்த்தியே என்னைச் சைக்கிளுடன் 'நேராக தேர் முட்டியைப் பார்த்துக் கொண்டே ஓட்டு' என்று அம்போ என்று விட்டுவிடுவான். ஒரு விதமான விறைப்புடன், ஒரு பதினைந்து டிகிரி சாய்வில் சைக்கிள் என்னை ஓட்டிக்கொண்டிருந்தது. தூரத்தில் ஒரு தயிர்க்காரி பலவிதச் சட்டிகளுடன் நடுத் தெருவில் நடந்து வந்து கொண்டிருந்தாள். சைக்கிள் தன் வாழ்க்கையின் ஆதர்சமே அந்தத் தயிர்க்காரியை இடிப்பது என்கிற ரீதியில் அவளையே நோக்கி ஓடியது. அதை எந்த வகையிலும் திருப்பவோ அதிலிருந்து இறங்கிக்கொள்ளவோ சாத்தியமில்லாத நிலையில் அவள் மேல் மோதி, பானைகள் உருண்டபோது எஸ்.எஸ்.எஸ். அங்கத்தினர்கள் எல்லாரும் காணாமல் போய்விட்டார்கள். தயிர்க்காரி என் ஜாதியைக் குற்றம் சொல்லி என்னைத் திட்டி, என்னைத் துரத்த, நான் மாடி ஏறிக் குதித்து நன்றாக இருட்டுகிற வரையிலும் மறைந்திருந்தேன்.

கிருஷ்ணமூர்த்தியின் தலைமைக்குச் சவாலாக ஒரே ஒருவன்தான் வந்தான். வீரராகவன். புதிதாக வந்திருந்த ஓவர்சியர் பையன். முதலில் கிருஷ்ணமூர்த்தியும் வீரராகவனும் மிகவும் குலாவினார்கள். ஆனால், மிகச் சில தினங்களில் வீரராகவன் எங்களிடமிருந்து சற்று வேறுபட்டவன் என்பது தெரிந்துவிட்டது. வீரராகவன் பட்டணத்திலிருந்து வந்தவன். அங்கெல்லாம் கிரிக்கெட், பம்பரம் எல்லாம் வேறுவிதமாக ஆடுவார்கள் என்று, அந்த விதிகளைக் கொண்டு வர முயன்றான். மேலும் 'கிருஷ்ணமூர்த்தியே ஏன் முதலில் ஆடவேண்டும்?' என்பது போன்ற ஆதாரமான கேள்விகளை எல்லாம் கேட்க ஆரம்பித்தான்.

சீக்கிரமே கிருஷ்ணமூர்த்திக்கும் அவனுக்கும் ஆக்ரோஷமான சண்டை வந்து, அவர்கள் புழுதியில் புரண்டார்கள்.

பெரியவர்கள் வந்து விலக்கிவிட்டார்களே என்று எனக்கு வருத்தமாக இருந்தது. வீரராகவன் பிரிந்துபோய்விட்டான். வேறு கட்சி தொடங்கி, வேறு இடத்தில் அவன் விளையாட ஆரம்பித்துவிட்டான்.

எங்கள் கட்சியிலிருந்து சிலர் விலகி, வீரராகவனுடன் சேர்ந்து கொண்டார்கள். நான் சேரவில்லை. எனக்குத் தைரியம் இல்லை. கிருஷ்ணமூர்த்தி தன் தலைமைக்கு வந்த முதல் எதிர்ப்பில் ஒரு வாரம் நிஜமாகவே அயர்ந்துவிட்டான். பிற்பாடு சமாளித்துக் கொண்டான். வீரராகவன் கட்சியில் வேறு வீதிப் பையன்கள் எல்லாம் ஆடினார்கள். அவர்களில் எல்லோருக்கும் சமமாகப் 'பௌலிங்' கிடைத்தது; சமமாக 'பாட்டிங்' கிடைத்தது. அந்தக் கட்சியின் புதுமையும் ஆர்வமும் என்னை எத்தனையோ தடவை சபலப்படுத்தின. இருப்பினும் எனக்குக் கிருஷ்ணமூர்த்தியை எதிர்க்கும் தைரியம் வரவில்லை. கிருஷ்ணமூர்த்தி புதிதாக ஒரு தொடர்கதை வேறு சொல்ல ஆரம்பித்தான். இருப்பினும் புதிய கட்சியின் கவர்ச்சி வர வர சமாளிக்க முடியாததாக இருந்தது.

ஒரு தடவை சடுகுடு விளையாட்டில் கிருஷ்ணமூர்த்தி என் வேஷ்டியை உருவிவிட்டான். அவமானத்தில் அன்று இரவு தீர்மானித்துவிட்டேன். நான் கட்சி மாறிவிட்டேன். வீரராகவன் கட்சியில் எனக்கு வரவேற்பு இருந்தது. எல்லோரும் சமமாக இருந்தார்கள். கிருஷ்ணமூர்த்தி என்னைத் 'தனியாக வா' என்றான். நான் தனியாகச் செல்ல விரும்பவில்லை. எதிர் வீட்டில் உட்கார்ந்துகொண்டு என் ரகசியங்களை எல்லாம் 'கீழ்த் தென்ற'லில் அம்பலப்படுத்தப் போவதாகச் சொன்னான். எனக்கு என்ன ரகசியங்கள் இருக்கின்றன என்று தெரியவில்லை. என்றாலும் எனக்கு உள்ளே பயமாக இருந்தது. வீரராகவன் தைரியம் சொன்னான். 'கீழ்த் தென்ற'லின் அடுத்த இதழுக்காக நான் மிகவும் காத்திருந்தேன்.

கிருஷ்ணமூர்த்தி என்மேல் ஒருவித மனோதத்துவப் போர்தான் நடத்தினான். தான் கொடுத்த கோலிக் குண்டுகளைத் திரும்பக் கேட்டான். நூறு கோலிகளுக்கு எங்கே போவேன்? மூன்று நாள் கெடு கொடுத்திருந்தான். தீப்பெட்டியின் லேபில்கள் எல்லா வற்றையும் திரும்பக் கேட்டான்.

ஜகதல பிரதாபன் என்கிற படத்தின் அஞ்சு கச்சேரி என்கிற பிலிம் ஒன்று கொடுத்திருந்தான்; அதையும் கேட்டான். நான் அவனுக்கு எத்தனையோ கொடுத்திருக்கிறேன். அவற்றை ஞாபகப்படுத்தித் திரும்பக் கேட்க எனக்குச் சாமர்த்தியம் போதவில்லை.

பள்ளியில் என் டிபன் பாக்ஸ் காணாமல் போனது. நான் தொட்டித் தண்ணீரில் நீர் குடித்துக்கொண்டிருந்தபோது யாரோ முழுவதும் என் தலையைப் பின்னாலிருந்து தண்ணீரில் அழுத்திவிட்டுத் திரும்பிப் பார்ப்பதற்குள் ஓடிப்போய்விட்டார்கள். சுவர்களில் என் இன்ஷியலை வைத்துக் கரியில் கிறுக்கல்கள் தெருவெங்கும் தோன்றின. இதற்கெல்லாம் மகுடமாக ‘கீழ்த் தென்ற’லில் ‘புல்லுருவிகள்’ என்கிற தலைப்பில், கிருஷ்ணமூர்த்தி நான் எஸ்.வி.ஆர். வீட்டில் புடைவை தோய்த்ததாகவும், என் வீட்டுப் பாத்திரங்களை மளிகைக் கடையில் விற்பதாகவும், இன்னும் பல விஷயங்கள் அடுத்த இதழில் வெளிவரும் என்றும் ஒரு கட்டுரை எழுதி இருந்தான்.

இது முழுவதும் பொய். நான் வீரராகவனிடம் மற்றொரு பத்திரிகை ஆரம்பித்து, அதில் கிருஷ்ணமூர்த்தி லா.ச.ரா.வை காப்பி அடித்ததை எழுதச் சொன்னேன். வீரராகவன் அதெல்லாம் தேவை இல்லை என்று சொல்லிவிட்டான். கிருஷ்ணமூர்த்தி தான் கொடுத்த கோலிக் குண்டுகள், தீப்பெட்டி லேபில்கள் முதலியவற்றைச் சாயங்காலத்துக்குள் கொடுக்கவில்லை என்றால், ஊரிலிருந்து வரப் போகும் என் அப்பாவிடம் சொல்லப் போவதாக ஜனார்த்தனம் மூலம் எனக்கு ஒரு கடிதம் எழுதியிருந்தான்.

என் வாழ்வில் நான் செய்த மகா கோழைத்தனமான காரியம் அதுதான். கிருஷ்ணமூர்த்தியின் பலமுனை தாக்குதலைத் தாங்காமல் அவன் கட்சிக்கு மறுபடி வந்துவிட்டேன். அதை இப்போது நினைத்தாலும் எனக்கு வெட்கம் ஏற்படுகிறது.

கிருஷ்ணமூர்த்தி என்னை ஏற்றுக்கொண்டான். ஆனால், நூறு தடவை ‘நான் இனிமே வீரராகவன் கட்சியில் சேரமாட்டேன்’ என்று எழுதித் தரச் சொன்னான். அப்புறம் அபராதம் எட்டணா விதித்தான். மாதம் இரண்டணா.

மறுபடி கட்சி மாறிய பின் வீரராகவன் என்னைப் பார்த்த பார்வையை என்னால் மறக்க முடியாது. ‘நீயும் ஒரு மனிதனா?’

என்பது போன்ற பார்வை! 'உன்னிடமிருந்து எவ்வளவோ எதிர்பார்த்தேன். ஏமாற்றிவிட்டாயே!' என்கிற பார்வை.

வீரராகவன் அன்றிலிருந்து, எங்கள் காலேஜ் படிப்பு முடிந்து, அவன் தகப்பனார் ஊர்விட்டு மாற்றலாகி, வேறு ஊர் போகிற வரையிலும் என்னுடன் பேசவே இல்லை.

என் பிந்திய வாழ்க்கையில் இதை எல்லாம் பற்றி நினைக்கிற போது அந்தக் கோழைத்தனத்தைப் பல தடவை வியந்திருக் கிறேன். இதற்கெல்லாம் ஃப்ராய்ட் ஒருவிதக் காரணம் வைத்திருப்பார் என்று நினைக்கிறேன்.

கிருஷ்ணமூர்த்தி அவ்வளவு தூரம் என்னை மிதியடி மிதித்தாலும் மறுபடி மறுபடி அவனையே சார்ந்திருக்கிறேனே! ஏன் என்று காரணம் கண்டுபிடிப்பது கஷ்டமாக இருக்கிறது. காரணத்தைப் பற்றிக் கவலைப்பட வேண்டியதில்லை என்றும் தோன்றுகிறது. வீரராகவனை டில்லியில் ஒரு தடவை பார்த்தேன். அங்கே டெபுடி செகரட்டரியாக இருக்கிறான். நாங்கள் இருவரும் சீரங்கத்தில் 'எனிமி' விட்டுக்கொண்ட பின் அப்போதுதான் பேசினோம். வருஷக் கணக்கில் பேசாமல் இருந்ததன் அர்த்த மற்ற தன்மையைப் பற்றி இரவு பூரா சிரித்துக்கொண்டிருந்தோம்.

எனக்கு என்னவோ அது அர்த்தமற்றதாகத் தெரியவில்லை. வயது வந்த பின்னும் அதே விளையாட்டுகளையே வேறுவிதங்களில் விளையாடிக்கொண்டிருப்பதாகத்தான் படுகிறது.

வாழ்க்கையே ஒரு விதத்தில் ஓர் அபாரமான கிண்டல் போலத் தான் இருக்கிறது. அதற்கும் எதுவும் நியாயமான விதிகள் இருப்ப தாகத் தெரிவில்லை. அவ்வளவு கோழைத்தனமாக இருந்த என்னை எங்கேயோ உயர்த்திச் சுகமாக உட்கார வைத்திருக்கிறது. ஆனால், கிருஷ்ணமூர்த்தி?

இன்று வாசலில் என்னிடம் வேலைக்கு சிபாரிசுக் கடிதத்துடன் காத்திருக்கிறான். கொடுக்கலாமா, வேண்டாமா சொல்லுங்கள்.

13. காதல் கடிதம்

என்னுடைய முதல் காதல் கடிதத்தைப் பற்றிச் சொல்வதற்கு முன் உங்களுக்கு லேகோபகார சாஸ்வத நிதியைப் பற்றியும், 'நாம் ஐவர்' என்கிற எங்கள் சங்கத்தைப் பற்றியும் சொல்லியாக வேண்டும். லோகோபகார சாஸ்வத நிதி என்பது தெற்குச் சித்திரை வீதியில் இருந்தது. மண்டபத்தை வீடாக்கின பிறகு அதை வாடகைக்கு விட்டு, அதில் இந்த சாஸ்வத நிதி இருந்தது. அதை 'பாங்க்' என்று சொன்னால் மரியாதைப்படாது. பாட்டி அதை 'பண்டாபீஸ்' என்பாள். 'நகைகளின் பேரில் கடன் கொடுக்கப்படும்' என்று போட்டிருக்கும். நுழைந்த வுடன் ஒருவிதமான வாசனை வரும், கொஞ்சம் லெட்ஜர், கொஞ்சம் வௌவால் புழுக்கை கலந்து. உள்ளுக்குள் எடுத்துக் கட்டி வெளிச்சத்தில் ஏதோ ஒரு கவுண்டர் இருக்கும். அதில் பித்தளை கம்பு வைத்த தடுப்புகளுக்குப் பின், ஒரு தாத்தா கட்டைப் பேனா 'கிக்றீச் கிக்றீச்' என்று சத்தம் பண்ண எழுதிக்கொண்டிருப்பார். லெட்ஜர்கள் எல்லாம் பெரிசாக இருக்கும். கணக்கு வைத்திருப்பவர்கள் பெரும்பாலும் பால்காரர்களும், தெற்கு வாசல் காய்கறி வியாபாரிகளும், என் பாட்டியும்தான். ஒவ்வொரு மாதமும் பத்தாம் தேதி வாக்கில், 'லட்சுமி அம்மாள்' என்று கால் மணி நேரம் கையெழுத்துப் போட்டு ஒரு செக் இலையைக்

கொடுத்து, பாஸ் புத்தகத்துடன் அனுப்புவாள். மற்ற விவரங்கள் எல்லாம் நான்தான் ராக்ஃபெல்லர் மாதிரி நிரப்பி, இருபத்தைந்து ரூபாய் எடுத்து வரவேண்டும். தாத்தாவிடம் கொண்டு போய்க் கொடுத்தால், அவர் ஒவ்வொரு மாதமும் 'லட்சுமி பேரனாடா நீ? உங்கப்பா எங்கே இருக்கார்? மகேந்திர மங்கலத்தில் இருந்து வாழைக்கா வரதா?' என்றெல்லாம் விசாரித்துவிட்டு லெட்ஜரில் எண்ட்ரி போட்டு 'கிக்றீச்' - இரண்டு அழுக்கான பத்து ரூபாய் நோட்டுகளையும் ஒரு ஐந்து ரூபாய் நோட்டையும் மூன்று முறை திருப்பித் திருப்பி நடுங்கும் கரங்களுடன் உதறி, எண்ணிப் பார்த்து என்கிட்டே தருவார். எனக்கு பாங்கிலேயே மொத்தம் நாற்பது ரூபாய்க்கு மேல் கிடையாது என்ற சந்தேகம் உண்டு. அதன் மேனேஜர் கிருஷ்ணய்யங்கார் மேலண்டைப் பக்கம் ரூமில் உட்கார்ந்துகொண்டு சதா எழுதிக்கொண்டே இருப்பார். அவருடைய பெண்ணுக்குத்தான் என்னுடைய முதல் காதல் கடிதம் கொடுக்கப்பட்டது. அந்தப் பெண் பெயர் மல்லிகாவோ என்னவோ, 'பொன்னா, பொன்னா' என்றுதான் கூப்பிடுவார்கள். அவளைப் பற்றிச் சொல்வதற்கு முன், எங்கள் 'நாம் ஐவர்' சங்கம். சங்கத்தில் மொத்த அங்கத்தினர்கள் ஐந்துபேர்தான். பால கிருஷ்ணன், ராஜூ, கல்குண்டு என்று ஏனோ பெயர் உள்ள கோபாலன், ராமன். கீழச் சித்திரை வீதி ஜனங்களுக்கு அறிவு அபிவிருத்தி ஏற்படவேண்டும் என்று இந்தச் சங்கத்தை ஆரம்பித்தோம். அதாவது வாரா வாரம் தேரடியில், லெக்சர் ஏற்பாடு பண்ணுவது. 'தென்றல்' என்று ஒரு கையெழுத்துப் பத்திரிகை நடத்துவது. மார்கழி மாசம் அதிகாலையில் பஜனை கோஷ்டி, சித்திரை மாதம் தண்ணீர்ப் பந்தல் என்று பற்பல சமூக சீர்திருத்த நோக்கங்களுடன்தான் ஆரம்பித்தோம். இந்த நோக்கங்களில் ஒன்று, வீடு வீடாக அங்கத்தினர் சேர்த்து, சந்தா வாங்கி வாரப் பத்திரிகைகள் சுழற்றுவது. மாசம் இரண்டணா தான் சந்தா. கல்கி, விகடன், சுதேசமித்திரன், கலைமகள் என்று அந்த நாள்களின் எல்லாப் பத்திரிகைகளும் போடப்படும்.

பத்திரிகை சர்க்குலேட்டிங் லைப்ரரிக்கு மட்டும் இருபது மெம்பர் சேர்ந்தார்கள். சுமாராக நடந்தது. இந்தச் சங்கத்தில் ஒரு சிக்கல்! இருக்கிறவர்கள் எல்லோருமே 'ஆபீஸ் பேரர்ஸ்.' கோபாலன் தான் பிரசிடெண்ட், ராஜூ செக்ரட்டரி, பாலு வைஸ் பிரெசி டெண்ட், ராமன் ஜாயிண்ட் செக்ரட்டரி. நான் ஒருத்தன்தான் தொண்டன். அதனால், என் மேல் பொதி கழுதை மாதிரி எல்லாப்

பத்திரிகைகளையும் ஏற்றி, 'வீடு வீடாகப் போட்டு விட்டு வா' என்று அனுப்பிவிடுவார்கள். இதில் மேற்சொன்ன கிருஷ்ணய்யங்கார் வீடு மட்டும் விதிவிலக்கு. அதற்கு அவர்கள் போட்டி போடுவார்கள். காரணம், நான் முன்பு சொன்ன மல்லிகாதான். அதுவும் கோபாலன் இருக்கிறானே, அந்த வீட்டுக்குப் பத்திரிகை போடுவதில் மட்டும் ரொம்ப அக்கறை. என்னிடம் கொடுக்கமாட்டான். நான் போடும் வீடுகளில் எல்லாம் விதவைகளும் பாட்டிகளும் மாமிகளும் இருப்பார்கள்.

மல்லிகா என்பவளை நான் அதிகம் வெளிச்சத்தில் பார்த்ததில்லை. ஸ்கூல் போகும்போது சாடைமாடையாகப் பார்த்திருக்கிறேன். ரொம்ப ஸ்டைல் போடும். நல்ல கருப்பாக இருக்கும். உடம்பு ஒரு மாதிரி வாகாக, ரேஸ் குதிரை மாதிரி இருக்கும். தன்னைவிட வயசில் குறைவான பாவாடை சட்டை பெண்களுடன் சிரித்துப் பேசிக்கொண்டே முகத்தில் திட்டுத் திட்டாகப் பவுடர் அப்பிக்கொண்டு போவாள். கோபாலன், ரங்கன் கடையில் உட்கார்ந்துகொண்டு புகையிலையைக் குதப்பிக் கொண்டிருக்கும்போது 'மல்லிகா நாப்பது பக்கம் நோட்டு வாங்கலியா?' என்பான். அவனைப் பார்த்துச் சிரித்துவிட்டுப் போகும். மல்லிகா கொஞ்சம் அசடு என்றுதான் நினைத்தேன்; இல்லை என்று பிற்பாடு தெரிந்தது. 'களுக்'கென்று எதற்கெடுத்தாலும் சிரித்துவிடும் இவளை 'ஒரு நாள் இல்லாட்டா ஒரு நாள் ஆயிரங்கால் மண்டபத்திலே கூட்டிண்டு போயி' என்று கோபாலன் ஆரம்பிப்பான். நான் கண்டுக்காதது போல் விலகி விடுவேன். கோபாலன் அம்மாதிரி செய்யக்கூடியவன் என்று தான் சொல்லலாம். பி.ஏ. முதல் வருஷம் நேஷனல் காலேஜில் படித்துக்கொண்டிருந்தான். லா.ச. ராமாமிர்தம் கதைகளை எல்லாம் விமர்சிப்பான். அவர் மாதிரியே ஒரு கதை 'தென்றலு'க்கு எழுதிக்கொடுத்திருந்தான். கொஞ்சம் ஆராய்ச்சி பண்ணி பார்த்ததில், அது அவர் எழுதிய கதையேதான், புஸ்தகத்தில் வந்த கதைதான் என்று பிறகு தெரிந்தது. கோபாலனுக்கு மல்லிகாவின் மேல் ஒரு கண் என்று சொன்னால் மிகையாகாது. பத்திரிகைகள் எல்லாம் வந்த மாத்திரம் புதிதாக முதலில் அவர்கள் வீட்டுக்குத்தான் எடுத்துச் செல்வான். மல்லிகாவின் அம்மாவுடன் ரொம்ப நேரம் பேசிக் கொண்டிருந்துவிட்டு வருவான். இந்நடவடிக்கை சங்கத்தின் அடுத்த கூட்டத்தில் கடுமையாகத் தாக்கப்பட்டது. பொதுப்படையாக எதற்காக ஒரு

ஸ்ரீரங்கத்து தேவதைகள் ♦ 123

அங்கத்தினர், அதுவும் ஒரு ஆபீஸ்பேரர் ஒரு வீட்டுக்கு மட்டும் பத்திரிகை போடுவதில் கவனம் செலுத்துகிறார் என்கிற கேள்வி பிரேரேபிக்கப்பட்டு, பத்திரிகை போடுவதை எல்லா அங்கத்தினர்களும் சமமாகப் பங்கிட்டுக் கொள்ளவேண்டும் என்று தீர்மானமானது. இதனால் திங்கட்கிழமை ராஜு, செவ்வாய் கோபாலன், புதன் பாலு, வியாழன் ராமன், வெள்ளி மறுபடி ராஜு என்று ஏற்பாடு செய்தார்கள். ஏற்பாடு எல்லா வீட்டுக்கும் அல்ல. கிருஷ்யணய்யங்கார் வீட்டுக்கு மட்டும் தான். இது எந்த வகையில் நியாயம் என்று எனக்குப் பிடிபட வில்லை. இருந்தும் நான் எதிர்க்கவில்லை. மாமிகளுக்குத் தொடர்ந்து பத்திரிகை சப்ளை பண்ணிக்கொண்டு வந்தேன். இது இப்படியிருக்க ஒரு நாள் திடீர் என்று கோபாலன் வந்து என்னிடம் 'டேய் ரங்கா! இன்னிக்கு எனக்கு அர்ஜண்டா வேலை யிருக்கு. கல்கி போடணும். கிருஷ்ணய்யங்கார் வீட்டுக்குப் போடுறியா?' என்றான். 'சரி' என்று ஒப்புக்கொண்டேன். கல்கி இதழ் தன் வீட்டில் இருப்பதாகச் சொன்னான். சாயங்காலம் வந்து வாங்கிக் கொண்டு போகும்படியாகச் சொன்னான்.

நான் இந்தத் திட்டத்தின் ஊடே இருக்கும் சதியைக் கவனிக் காமல் ஒப்புக்கொண்டுவிட்டேன். சாயங்காலம் என்னிடம் அந்த வாரக் கல்கியைக் கொடுத்தான். 'மல்லிகாகிட்ட குடு, இல்லாட்டா திரும்பக் கொண்டு வந்துடு.' அது பொன்னியின் செல்வன் முதல் தடவையாகத் தொடர்ந்து வந்து கொண்டிருந்த காலம். என்னவெல்லாம் நடக்குமோ என்று ஆர்வத்துடன் அந்தத் தொடர்கதையை வீதியில் போகும்போதே படித்துக் கொண்டே போகலாம் என்று பிரித்தால் முன் பக்கம் பின் குத்தி யிருந்தது. என்னடா கல்கியில் இந்த மாதிரி பண்ண மாட்டார் களே!' என்று ஆச்சரியமாக இருந்தது.

கிருஷ்ணய்யங்கார் வீட்டுக்குப் போனபோது வாசலில் மல்லிகா தட்டாமாலை விளையாடிக்கொண்டிருந்த சிறுமிகளை ஓட்டிக் கொண்டிருந்தாள். பட்டுப் பாவாடையும் கண்களுக்கு ஈஷின மையும் எப்போதும் போல நிறைய பவுடருமாக என்னைப் பார்த்தாள். 'வா. என்ன இன்னிக்கு நீ வந்திருக்கே?' என்று என்னைப் பார்த்து மோகமாகச் சிரித்தாள். அப்போதுதான் ஏன் இந்தப் பயல்கள் எல்லோரும் அலைகிறார்கள் என்பது புரிந்தது. 'கல்கி' என்றேன்.

'உக்காரு, காப்பி சாப்பிட்டுட்டுப் போயேன்' என்றாள்.

'வேண்டாம்.'

'இந்த வருஷம் தீபாவளி மலர் போடுவாங்களோல்லியோ?'

'உம்' என்றேன். என்னுள் ஆண்ட்ரஜன்கள் ஓவர் டைம் வாங்கிக் கொண்டிருந்தன. நான் பெண்களுடன் அத்தனை நேரம் பேசினதே கிடையாது. என் தங்கை வத்ஸலா பெண்களுடன் சேர்த்தியே அல்ல.

'வத்ஸலா என்கூட 'டு' விட்டிருந்தாள். எப்படியாவது சேர்த்து விடேன் நோட்ஸ் வேணும்' என்றாள்.

'சரி!' என்றேன்.

'பொன்னியின் செல்வன் படிக்கிறியா நீ?'

'படிக்கிறேனே' என்றேன்.

'யாரை உனக்குப் புடிச்சிருக்கு?'

'வந்தியத்தேவன்' என்றேன்.

'எனக்கு நந்தினியைத்தான் பிடிச்சிருக்கு' என்றாள். அவள், ஒரு நிமிஷம் தலையில் மணியன் கொண்டை வைத்துக்கொண்டு கறுப்பு நந்தினிபோல இருந்தாள். எனக்குக் காலுக்குக் கீழ் குறுகுறுத்தது. இதுதான் ஒரு வேளை காதலோ என்று பார்த்ததில் கரப்பான் பூச்சி.

'இந்த வாரம் படிச்சுட்டியா?' என்றாள்.

'ப்ச்' என்றேன்.

'என்ன பின் குத்தியிருக்கு' என்று 'இதைப் பிரிச்சுக் கொடேன்' என்று என்னிடம் கொடுத்தபோது ஒரு நிமிஷம் மல்லிகா என்கிறவள் என்னைத் தொட்டாள். மறுபடி கரப்பான்பூச்சி!

நான் நடுங்கும் விரல்களுடன் திறந்து கொடுக்க 'உக்காரேன் நிக்கறியே' என்று திண்ணையில் பக்கத்தில் தட்டினாள்.

இந்த மாதிரி தைரியமான பெண்ணை நான் பார்த்ததே இல்லை. பக்கத்தில் உட்காரவில்லை. பின்னைப் பிரித்ததும் அவள்

கையில் கொடுத்தபோது அந்தக் கடிதம் நழுவி விழுந்தது. அதை எடுத்துக் கொண்டு, 'இது எனக்கா?' என்று பிரித்துப் பார்த்தாள். எனக்குப் புரியவில்லை. அதைப் பிரித்துப் படிக்கையில், அவ்வப்போது என்னைக் கடிதத்துக்கு மேல் கண் நிமிர்த்திப் பார்த்தாள். 'அப்படியா சேதி?' என்று புன்னகைத்தாள். இப்படிக்கு உன் அன்புக் காதலன். 'இத பார் ரங்கா.. இதெல்லாம் நன்னால்ல. உங்க பாட்டிகிட்டே சொன்னா என்ன ஆகும் தெரியுமா?'

'என்னது?' என்றேன் வியந்து.

'இப்பல்லாம் நாம பாட புஸ்தகத்தைப் படிக்கணும். நான் ஈஸியாப் பேசறேன்னு அதைத் தப்பா அர்த்தம் பண்ணக் கூடாது.'

'அந்த லெட்டர்ல.. லெட்டர் நான்..'

'நீ ஆத்துக்குப்போ. நான் இதை எங்கப்பா கிட்டக் காட்டத்தான் போறேன்!'

'அப்போ.. அது வந்து.. நான் எழுதினதுன்னு..'

'இப்பப் போப்போறியா இல்லையா? ரங்கா என்னுடைய மதிப்பில் உசந்திருந்தே. இப்ப விழுந்துட்டே' என்றதும் உள்ளே போனாள். எனக்கு உடல் நடுங்கியது. 'என்னடா எழவாப் போச்சு!' என்று சற்று நேரம் தீர்மானமில்லாமல் விழித்துக் கொண்டு இருந்துவிட்டு நேராக கோபாலனிடம் வந்தேன்.

ரங்கன் கடையில்தான் உட்கார்ந்திருந்தான். 'என்ன குடுத்தியா?' என்றான்.

'குடுத்து நாசமாப் போனேன்! கல்குண்டு! எல்லாம் மோசமாயிடுத்து. அதுல ஏண்டா லெட்டர் வச்சிருந்தே, எனக்குச் சொல்லாம?'

'இப்ப என்ன ஆயிடுத்து?'

'அதை நான் எழுதினேன்னு நினைச்சுண்டு அவ அப்பாகிட்டே சொல்லப் போறா!'

கோபாலன் சிரித்து முடிந்ததும் 'கவலைப்படாதே, நான் பார்த்துக்கறேன்! சரியா இன்ஷியல் போட்டிருந்தேனே!' என்றான்.

‘நாசமாப் போச்சு. இப்ப அவ அப்பா, எங்க பாட்டிகிட்ட சொல்லிட்டா என் மானம் போயி, என்னை அடுத்த ரயிலேத்தி ஊருக்கு அனுப்பிச்சிருவா. படிப்புப் பாழாய்ப் போயிடும். ஏண்டா? ஏண்டா இப்படி அலையறீங்க? நீங்கள் லவ் லெட்டர் எழுதணும்னா அதுக்கு நான்தான் தூது அகப்பட்டேனா? உம் முறையில் அவாத்துக்குப் போறபோது கொடுக்கிறது!’

‘அப்படித்தாண்டா ட்ரை பண்ணினேன். அந்தப் பொண்ணு என்னவோ என்னைப் பார்த்தாலே உள்ளே போய் அம்மாவை அனுப்பிச்சிடறது. மாமிகிட்டே குடுக்க முடியுமா? அதுக்காகத் தான் நீ போனா வாங்கிப்பான்னு அனுப்பிச்சேன். என் உள்ளத்தில் இருக்கிற அத்தனையும் கொட்டியிருக்கேன். பார்றா எனக்கும் அவளுக்கும் ரொம்ப நாளா காதல். இப்ப ஒரு மாதிரி ஊடல்ல இருக்கோம். நீ கவலையேபடாதே. அது நான்தான் எழுதியிருக்கேன்னு அவளுக்கே தெரிஞ்சு போயிடும். சும்மா உங்கிட்ட விளையாட்டுக் காட்டியிருக்கா’ என்று அந்த ஆயிரங் கால் மண்டப சமாசாரத்தை மறுபடி ஆரம்பித்தான். எனக்கு ‘வெலவெல’வென்று இருந்தது. குழப்பத்துடன்தான் வீடு திரும்பினேன். பாட்டி கால் அலம்பிக்கொள்ளச் சொன்னபோது அப்போதே தெரிந்து போயிற்றோ என்று பயந்தேன். வத்ஸலா ‘என்ன திருதிருன்னு முழிக்கிறியே. சிகரெட் புடிச்சியா?’ என்றாள். ‘போடி!’ என்றேன். ‘நீ அந்தக் கோபாலனோடல்லாம் சேராதே. திட்டி வாசல் சுவர் பூரா அவனைப் பத்திக் கிறுக்கி யிருக்கு’ என்றாள். ‘அந்த மல்லிகாவுக்கு மட்டும் மாத்தி மாத்தி உங்க சங்கத்தில் புத்தகம் போடறீங்களாமே?’ என்றாள். ‘உன் வேலையைப் பார்த்துண்டு போ’ என்றேன். ‘ஒண்ணுமே நன்னால்லை’ என்றாள்.

ராத்திரி தூக்கம் வரவில்லை. ‘பாட்டிக்குத் தெரிந்தால் உடனே அப்பாவுக்குத் தந்தி அடித்துவிடுவாள். என்னை சப்ஜாடாக மூட்டை கட்டி க்ளென்மார்கனுக்கு அனுப்பிவிடுவாள். எதற்குப் போய் இந்த வம்பில் மாட்டிக்கொண்டுவிட்டேன்!’ என்று திடுக்கென்று இருந்தது. ராவோடு ராவாக எங்கேயாவது ஓடிப் போய்விடலாமா என்று யோசித்தேன். ‘அன்புள்ள ரங்கா. எல்லாம் மறந்துவிட்டோம். உடனே வா. தாத்தா கவலைக் கிடம்’ என்று விளம்பரம் வரும் வரை மணச்ச நல்லூரில் போய் ஒளிந்துகொண்டிருக்கலாமா என்ற தோன்றியது. ரொம்ப

கோபக்காரப் பாட்டி, தன் பேரன் குடும்ப கௌரவத்துக்கு இழுக்கு வரும்படிக்கு ஏதாவது செய்துவிட்டான் என்றால், என்ன பண்ணுவாள் என்று பாட்டிக்கே தெரியாது. இந்த நிலையில் அந்த இரவு தூக்கமில்லாமல் நான் சஞ்சலித்ததை உங்களால் நன்றாகப் புரிந்துகொள்ள முடியும். ஏதாவது விபரீத மாக ஏற்பட்டு விட்டால் கோபாலனைக் காட்டிக் கொடுத்தே ஆக வேண்டும். கோபாலன் முரடன். எங்கேயாவது என் வண்ட வாளத்தை, ஒரே ஒரு தடவை திருமஞ்சனக் காவேரிக்குப் பக்கத்தில் போய் வில்ஸ் சிகரெட் பிடித்துப் பார்த்ததைச் சொல்லிவிட்டான் என்றால்? இப்படிப் பற்பல எண்ணங்கள்.

மறு நாள் காலை நான் எழுந்திருக்கும்போது லேட்டாகிவிட்டது. வேலைக்காரி என்னைப் பாயோடு நகர்த்திவிட்டுப் பெருக்கிக் கொண்டிருந்தாள். அப்போதுதான் ‘எழுந்திருடா’ என்று சப்தம் கேட்டு ‘நான் இல்லை!’ என்று அலறிக்கொண்டே எழுந்தேன். நாற்காலியில் கிருஷ்ணய்யங்கார் உட்கார்ந்திருந்தார். என்னைப் பார்த்துச் சிரித்தார். ‘இப்பத்தான் எந்திருக்கிறியா?’ என்றார். நான் என்ன செய்வது என்று புரியாமல் தவித்தேன். இவ்வளவு சீக்கிரம் பிரச்னையை எதிர்நோக்கத் தயாராகவே இல்லை. ‘லட்சுமி அம்மா! கொஞ்சம் வாங்கோ! இப்படி’ என்றார். நான் பல் தேய்க்கப் புறக்கடைப் பக்கம் ஓடினேன்.

‘கொஞ்சம் இருப்பா. உன்னைப் பத்தித்தான் பேச்சு’ என்றார். பாட்டி கையைத் துடைத்துக்கொண்டு வந்தாள். ‘என்ன விஷயம் கிருஷ்ணா’ என்றாள். அய்யங்கார் அளவில் கொஞ்சம் சிறியவர். டிரான்ஸிஸ்டர் மாதிரி இருப்பார். உட்கார்ந்தால் நாற்காலியில் நிறைய இடம் இருக்கும். என்னைப் பார்த்து, ‘உங்க பேரன் பண்ணியிருக்கிற காரியத்தைச் சொல்லிவிட்டுப் போகலாம்னு வந்தேன்’ என்றார்.

அய்யோ அய்யோ என்று என் இதயம் அலறியது. ‘பாட்டி நான் வந்து..’

‘இர்றா. என்ன பண்ணிட்டான்? சாதுவாச்சே அவன்!’

‘சாதுவா! இத பாரும்மா இதைப் படிங்கோ. லெட்டர் எழுதி யிருக்கான். கடுதாசி! என் பொண்ணுக்குக் காதல் கடுதாசி!’

‘உங்க பொண்ணுன்னா எந்தப் பொண்ணு! மரவை மரவையா வீடு நிறைய பொண்ணு வெச்சிண்டிருக்கே!’

‘எங்க மல்லிகாவுக்குத்தான். ப்ராம்ப்ட்டா எங்கிட்ட கொண்டு காட்டிடுத்து. சமர்த்து. காதல் கடுதாசி அப்படின்னா என்ன தெரியுமோ?’

‘கொஞ்சம் இரும்’ என்று பாட்டி கண்ணாடியை அலமாரியில் இருந்து எடுத்து வந்தாள். ‘பாட்டி அது வந்து கோ கோ..’ என்றதற்கு ‘இர்றா’ என்று அதட்டி அதை வாங்கிப் படித்தாள். பாட்டிக்குத் தமிழ் படிக்கத் தெரியும். திவ்யப் பிரபந்தம் ஒரு நாளைக்குப் பத்து பாட்டுப் படிப்பாள். பிரபந்தத்துக்கு மாறாக ‘என் அருமைக் காதலி மல்லிகாவுக்கு - உன்னை நான்’ என்று ஆரம்பித்து ‘தூ’ என்று என்னை நிமிர்ந்து பார்த்தாள்.

நான் மேலேயிருந்து இடி விழக் காத்திருந்தேன். ‘வத்ஸலா! இதைப் பார்றி’ என்றாள். ‘இவன் எழுத்துதானா?’ என்றாள். வத்ஸலா அதைப் பார்த்துவிட்டு ‘இல்லை பாட்டி இது ரங்கன் எழுத்தில்லை’ என்றாள்.

பாட்டி நான் சற்றும் எதிர்பாராதவிதமாக ‘எனக்குத் தெரியும். எங்காத்துப் பேரனுக்கும் இதெல்லாம் தெரியாது. என்ன வம்சம் இது. போக்கணங் கெட்ட பிராமணா.. சரியா இத விசாரிக்காம இதை எடுத்துண்டு மூஞ்சி முன்னால வந்து காட்டறியே’ என்றாள்.

‘பின்னே இதை யார் எழுதியிருக்கா?’

‘யாராயிருந்தாலும் ரங்கன் இல்லை; அவனுக்கு இதெல்லாம் தெரியாது. இது பூச்சி.’

‘மாமா இது அந்தக் கோபாலன் எழுதினது’ என்றாள் வத்ஸலா.

‘நான்கூட நினைச்சேன்.’

‘நினைச்சீர், காலங்கார்த்தாலை இந்தக் கண்றாவியை எங்கிட்ட கொண்டு காட்டணும்னு வந்தியாக்கும். போ! போய்ப் பண்டாபீஸ் வேலையைப் பாரு. நீ ஏண்டா அழறே? உன்னைத் தெரியாதா எனக்கு?’

‘பாட்டி அந்தத் தத்தாரிப் பசங்ககூட எல்லாம் சேராதேன்னு சொல்லு பாட்டி’ என்றாள் வத்ஸலா.

‘நீ போடி, பொட்டைக் கழுதை! எனக்குத் தெரியும் என் பேரனை’ என்றாள். ‘இத பார்றா இந்தச் சங்கத்தை எல்லாம் நிறுத்தித் தொலைச்சுட்டுப் படிக்கிற வழியைப் பாரு’ என்றாள்.

பல வருஷங்கள் கழித்துப் பாட்டி பாபநாசத்தில் இறந்து போவ தற்கு முன், பதினைந்து நாள் கோமாவில் படுத்திருந்த போது இவளைவிட ஒரு நீதிபதி, ஒரு மனோதத்துவக்காரி இருக்க முடியுமா என்று அவள் மேல் கண்ணீர் சிந்தினேன்.

இப்போது ஸ்ரீரங்கம் போனால் லோகோபகார நிதி ஒரு பெரிய பாங்கால் விழுங்கப்பட்டு ப்ளாஸ்டிக்கும் டோக்கன் நம்பரு மாகப் பளபளக்கிறது. கிருஷ்ணய்யங்கார் எப்போதோ போய் விட்டார்.

மல்லிகா கோபாலனைக் கல்யாணம் பண்ணிக்கொண்டு அதே வீட்டில் அவள் அம்மாவைப் போல் நிற்கிறாள். அவர்கள் பெண் (மற்றொரு மல்லிகா) வாசலில் கறுப்பாகத் திட்டுத் திட்டாகப் பவுடர் போட்டுக்கொண்டு சிரித்துப் பேசிக்கொண்டே பள்ளிக் கூடம் போய்க்கொண்டிருக்கிறாள்.

14. மறு

கல்லூரி நாள்களில் திருச்சி புனித ஜோசப் கல்லூரிக்கு, தினசரி காலையில் சீரங்கம் ஸ்டேஷனுக்கு நடந்துபோய், ஒன்பது மணி 'ஆபீஸர்ஸ் ரெயிலை'ப் பிடித்து, டவுன் ஸ்டேஷனில் இறங்கி, அங்கிருந்து ஆண்டார் தெரு அல்லது பட்டர் வொர்த் சாலை வழியாக மண்டபங்களையெல்லாம் தாண்டிப் போய், பத்து மணிக்குள் போய்ச் சேருவதற்குள் தினசரி அவசரம்தான். இருந்தாலும் உற்சாகமாகவே இருந்தது. மஞ்சளாகச் சீஸன் பாஸ் எடுத்துத் திருப்புகழ் பஜனையும் சீட்டாட்டமுமாக, அந்த வண்டியில் ஜன்னலோரமாக, காலரில் கைக்குட்டையைச் செருகிக்கொண்டு காவேரி வரும்போது எட்டிப் பார்ப்பதெல்லாம் குஷிதான். ஒரு விஷயம்தான் சரிப்பட்டு வரவில்லை. பாட்டி தினப்படி கைச் செலவுக்கு என்று கொடுக்கும் காசு.

நாலணாவுக்கு மேல் கொடுத்தால் பேரன் கெட்டுப் போய்விடுவான் என்று பாட்டிக்குத் தளராத நம்பிக்கை. பெற்றோர்களை விட்டு அவளிடம் வளர்ந்ததால் என்னுடைய நற்பெயருக்குப் பாட்டி பொறுப்பேற்றுக்கொண்டிருந்தாள்.

ஒரு நாள் கல்லூரியிலிருந்து தாமதமாக வந்தால் ஊரைக் கூட்டி விடுவாள். என் நண்பர்களில் யார் படிக்க வருவான், யார் கொக்கோகப் புத்தகம்

கொண்டு வருவான் என்பது அவளுக்குத் தெளிவாகத் தெரியும். என் புத்திசாலித்தனத்தைப் பற்றி அவளுக்குச் சந்தேகம் இல்லை. இறந்துபோன தாத்தா (அவள் கணவர்) பி.ஏ. படித்தபோதே எம்.ஏ.க்குப் பாடம் எடுத்தாராம். இது எந்த வகையிலும் சாத்தியமில்லை என்று சொல்லிப் பார்த்தும் பிரயோசனம் இல்லை.

அவர் புத்திசாலித்தனத்தில் கால் பங்கு எனக்கு இருந்தால் போதும். ஆனால், அம்மா வழி தாத்தா சினிமா எடுத்து, தேர் தலுக்கு நின்று சீரழிந்தவர். அவர் சுபாவம் என்னிடம் தலைக் காட்டாமல் பாதுகாக்கத்தான் கைச் செலவுக்கு நாலணா இல்லை.

நாலணாவுக்கு அந்த நாள்களில் சுமாராக வாங்கும் பலம் இருந்தது என்றுதான் சொல்லவேண்டும். தெப்பக்குளத்தை ஒட்டி இருந்த 'பெனின்சுலர் கபே'யில் ஒரு சாதா தோசையும் காபியும் கிடைக்கும். அவ்வளவுதான். சாப்பிடும் அயிட்டத்தை மாற்ற முடியாது. இனிப்புப் பட்சணம் எல்லாம் பேச முடியாது. சினிமா போக முடியாது. எட்டு நாளைக்குக் காபி அல்லது தோசை என்று ஒன்றைத் தியாகம் செய்து, சேர்த்து வைத்துத்தான் போக முடியும். இது சிரமம். எனவே தக்க சமயங்களில் கல்லூரிக்குச் சென்று, தக்க சமயங்களில் திரும்பி வந்து நல்ல பிள்ளையாகவே இருந்தேன். இப்படிப்பட்டவனுக்கு மூன்று ரூபாய் முழுசாகக் கிடைத்தால் சபலம் ஏற்படும் இல்லையா?

மூன்று ரூபாய்க்கு உரியவள் செவளா என்கிற வேலைக்காரி. அவளுக்கு அப்போது முப்பது வயசுக்குள்தான் இருக்கும். விதவை.

சின்னராசு என்ற அழுக்கு டிராயர் பையனை எப்போதும் உடன் வைத்திருப்பாள். காலை ஐந்து மணிக்கு வருவாள். திண்ணையில் படுத்திருக்கும் என்னைப் பாயோடு தள்ளிவைத்துவிட்டுப் பெருக்குவாள். என் மேல் நீர்த்திவலை படும்படியாகச் 'சளக் சளக்' என்று வாசல் தெளிப்பாள்.

'ரங்கராசு, ரங்கராசு' என்று என்னை இருமுறை கூப்பிட்டுப் பார்ப்பாள். அப்படியும் நான் எழுந்திருக்கவில்லை என்றால் பாயோடு சேர்த்து இழுத்து, திண்ணையிலிருந்து கவிழ்த்து, என்னை எழுப்பிவிடுவாள். நான் வேடர்கள் துரத்துவது போல

எல்லாம் கனவு கண்டு இறுதியில் பாழுங்கிணற்றில் விழுவதற்கு முன் எழுந்திருந்து, அவளை, 'மூதேவி, முண்டம்' என்றெல்லாம் திட்டுவேன்.

அவள் சிரித்துக்கொண்டு, 'என் ராசா பள்ளியோடத்துக்கு நேரமாவுதில்லே' என்று மறு படுக்கையைப் பற்றிச் சிந்திக்க நேரம் தராமல் சுருட்டிவிடுவாள். உடனே குளித்து ஆக வேண்டும். இல்லையேல் பல் தேய்க்கும்போதே இடுப்பு வேட்டியை உருவிக்கொண்டு போய் விடுவாள். இவளைப் பற்றிப் பலமுறை புகார் செய்தும், பாட்டி இவளை அதட்டிய தில்லை.

அதிகாலைப் புயல். முப்பது நிமிஷத்தில் வாசல் தெளித்து, வீடு பெருக்கி, பற்றுப் பாத்திரம் பாய்லர் தேய்த்து முடித்துவிடுவாள். வாரத்தில் சில தினங்களில் மாவு அரைப்பது, கடைக்குப் போவது போன்ற உபரி வேலைகள் எல்லாம் சேர்த்துச் சம்பளம் மூன்று ரூபாய்.

இந்த மூன்று ரூபாயைத்தான் நான் ஒருமுறை திருடினேன்.

தற்செயலாகத்தான் நிகழ்ந்தது. கல்லூரி இல்லாத ஒரு நாள் லாலி ஹாலில் வழக்கம்போல் நண்பர்களுடன் அரட்டை அடித்துக் கொண்டிருந்தபோது குல்ஸா என்கிற ரங்கநாதன் 'ஏய், நீ அவ்வளவு பணக்காரனாடா?' என்று கேட்டது எனக்குப் புரியவில்லை.

'பார்டா, புஸ்தகத்தில் என்ன அலட்சியமா ரூபாயைச் செருகி வெச்சிருக்கான்?'

பார்த்தபோது எனக்குத் திக்கென்றது. ஜூலியஸ் சீஸர் புத்தகத்தில் மூன்று ஒரு ரூபாய் நோட்டுகள் செருகியிருந்தன.

'வேண்டாம்னா குடுத்துடுப்பா? கெயிட்டில மாட்னி போயிக் கறேன்.'

என் மனத்தில் எண்ணங்கள் ஓடின. எப்படி இந்த ரூபாய் என் புத்தகத்துக்குள் வந்திருக்கமுடியும்? யோசித்ததில் புரிந்தது. இந்தச் செவளா கிறுக்கு, சம்பளப் பணத்தை வேலை செய்யும் போது பத்திரமாக இருக்கட்டும் என்று அலமாரியில் என் புத்தகத் தில் செருகியிருக்கிறாள். நான் கவனியாமல் எடுத்து வந்து

விட்டேன். 'டேய், இந்தப் பணம் என்னுது இல்லேடா. எங்க வீட்டு வேலைக்காரி சம்பளப் பணம்' என்று சொல்வதற்குப் பதிலாக, 'வாடா, ஐ.ஸி.எச். போகலாம்' என்றேன்.

'ஏதுடா பணம்?'

'அதெல்லாம் கேக்காதே. வரயா இல்லையா?'

ஐ.சி.எச். என்பது விசிறித் தலைப்பாகை வைத்துக்கொண்டு வெயிட்டர்கள் பீங்கான் கோப்பைகளில் காபி கொண்டு வரும் 'ஒஸ்தி' ஓட்டல். டிப் எல்லாம் வைக்கவேண்டி வரும். கப் காபியே நாலணா. அங்கே போய் நான், குல்ஸா, பாபு மூவரும் காபி சாப்பிட்டோம். ஸ்பென்ஸர் பக்கமாகப் பெட்டிக் கடை இருக்குமே, அங்கே போய் 'ப்ளேயர்ஸ்' சிகரெட் பிடித்தோம். 'பருவ மங்கை' என்ற புத்தகத்தை எட்டணாவுக்கு வாங்கினேன். கெயிட்டியில் ராஜ்கபூர் நடித்த 'ஆவாரா' படம் இரண்டாவது தடவை பார்த்தோம். இருட்டில் இன்னொரு சிகரெட் பிடித்தோம். குல்ஸா, மட்டன் கட்லெட் சாப்பிடலாம் என்றான். நான்தான் வேண்டாம் என்று சொல்லிவிட்டேன். ஒரு நாளைக்கு இத்தனை பாவங்கள் போதும் என்று தோன்றியது. மூன்று ரூபாயில் ஆறு மணி வண்டியில் திரும்பும்போது இரண்டணா தான் பாக்கியிருந்தது. அதையும் உப்புக் கடலை வாங்கித் தீர்த்து விட்டான் பாபு. வீடு திரும்பும்போது வயிற்றுக்குள் கடபுடா.

தேர்முட்டி திரும்பியதுமே பாட்டி வீட்டு வாசலில் தெரிந்தாள். கண்ணைச் சுருக்கிக்கொண்டு நான் வருகிறேனா என்று பார்த்துக் கொண்டிருந்தாள். அருகில் செவளாவும் காவேரி மாமியும் நின்றார்கள். அருகில் வந்ததும் காவேரி மாமியும் செவளாவும் என்னைப் பார்த்துச் சிரித்தார்கள். அதாவது நானே 'பணத்தைக் கொண்டு போய்ப் புஸ்தகத்தில் செருகிவிட்டாயே? இந்தா' என்று நிச்சயமாகத் திருப்பிக் கொடுத்துவிடுவேன் என்கிற எதிர்பார்ப்பில் சிரிக்கிறார்கள். நானா? முகத்தை ரொம்ப ஒன்றும் அறியாதவனாக வைத்துக்கொண்டு, 'ப்ராக்டிகல் இருந்ததா? அஞ்சு மணி வண்டி விட்டுட்டேன். அதான் தாமதம் பாட்டி' என்றேன்.

'தாமதமானது கிடக்கிறது. இவ பணம் என்ன ஆச்சு சொல்லு?'

'என்ன பணம்?'

'சம்பளப் பணம்டா. செவளா உன் பொஸ்தகத்தில் செருகி யிருந்தாளாம்.'

'என்ன? என் பொஸ்தகத்திலியா?' என் புத்தகங்களை எடுத்து நிதானமாகப் புரட்டிப் பார்த்தேன்.

'இல்லையே.'

'இஸ்கோலுக்குப் போவையில பாக்கலையா ராசா?' என்றாள் செவளா கலவரமாக.

'இல்லையே.'

'போக்கணங்கெட்டவளே, புஸ்தகத்தில் கொண்டு செருகு வாளோ, எங்க விழுந்ததோ?'

'என்ன பாட்டி? என்ன சொல்றா இவ! எனக்குப் புரியவே இல்லையே?'

'ராசா, என்விதி காலையில் அச்சாபீஸ் வூட்ல சம்பளம் வாங்கி னேனா? நம்ம வீட்லே வேலை செய்துகிட்டு இருக்கையிலே அலமாரில பொஸ்தகத்துல செருகி வச்சுட்டேன். அதைப் பார்க்காம அப்படியே எடுத்துப் போட்டுப் போயிருக்கே நீ? எங்க விளுந்திச்சோ? எப்படித் தேடுவேன்?'

'நான் பார்க்கலையே செவளா! பார்த்திருந்தா எடுத்துக் கொடுத் திருப்பேனே. எத்தனை ரூபா?'

'மூணு ரூபாடா ராசா. என் தலையெழுத்து.. ரேஷன் அரிசியும் புள்ளைக்குக் கால்சராயும் எடுக்கலாமுன்னுட்டு.. இந்த முறையும் இல்லையா? என் விதி' என்று அழத் தொடங்கிய வளை என்னால் நேருக்கு நேர் பார்க்க முடியவில்லை.

'பணம் போயிருச்சு. கொலுசை வெச்சுத்தான் கடன் வாங் கணும்.'

'இத பாரு செவளா, என் பேரன் இருக்கானே, அதுக்குத் திரிசமன் எல்லாம் தெரியாது. பணத்தைப் பார்த்திருந்தா நிச்சயம் கொடுத்திருப்பான். நீதான் எங்கேயோ கவனம் இல்லாம போட்டிருக்கே.'

'ஐயோ நம்ம ராசாவை எடுத்ததா சொல்லலாமா? என்ன வம்சம் இது. எடுக்குங்களா? என் ரங்கராசாவை எனக்குத் தெரியாதா? என் தலைவிதி' என்று மூலையில் உட்கார்ந்து அவள் அழுதது, தீட்டிய ஈட்டியை என் உள்ளத்தில் பாய்ச்சியது போல இருந்தது.

‘சே, என்ன காரியம் செய்துவிட்டோம். மூணு ரூபாயை மூணு மணி நேரத்தில் வேட்டுவிட்டு என்ன சாதித்துவிட்டோம்? மாசம் முழுக்க முழுக்க ஓடியாடி உழைத்துச் சம்பாதித்த பணம். கொல்லைப் பக்கம் கழுவிக்கொண்டிருந்தபோது பாட்டியிடம் போய், ‘பாட்டி, நான்தான் எடுத்தேன். செலவழித்துவிட்டேன்’ என்று உடனே ஒப்புக்கொள்ளும் தைரியம் வரவில்லை. பாட்டி அடித்திருக்கமாட்டாள். திட்டியிருப்பாள். திட்டட்டுமே என்ன போச்சு? ஏன் அந்தத் தைரியம் வரவில்லை?

இது நிகழ்ந்தது முப்பது வருஷத்துக்கு மேல் ஆகிவிட்டது. என் வாழ்வில் பல கட்டங்களில் அந்த மறுவைப் பற்றி யோசித்த துண்டு. செவளா என்ன ஆனாள் என்று தெரியாது. அவளைத் தேடிப்போய் மூன்று ரூபாயைத் திருப்பிக் கொடுக்கலாமா என்று யோசித்ததுண்டு. ஆடிட்டர் நண்பனிடம் ஒரு முறை கேட்டதற்குச் சுமாரான வட்டி வீதத்தில்கூட அவளுக்கு 1044 ரூபாய் தரவேண்டும் என்றான். ஆயிரம் ரூபாய் பெரிது அல்ல. நான் செய்த குற்றத்தை ஒப்புக்கொள்ள வேண்டும். அதற்குரிய தைரியம் பாபநாசத்தில் ஒரு மே மாதம் பாட்டி செத்துப் போவதற்கு முன்தான் வந்தது. அத்தனை வருஷங்களாயின. படுத்த படுக்கையாக என்னைக் கலங்கப் பார்த்துக்கொண்டிருந்தவளை, ‘பாட்டி ஞாபகம் இருக்கா உனக்கு? நான் காலேஜ்ல படிக்கறப்ப செவளான்னு வேலைக்காரி இருந்தாளே?’ என்று கேட்டு நிறுத்தினேன்.

‘ஏன் ஞாபகம் இல்லாம? அவகூட ஒரு தடவை உம் புஸ்தகத்தில் ரூபாய் நோட்டை வெச்சுட்டு அதை நீ தொலைச்சுட்டயே?’

‘பாட்டி, ரொம்ப நாளா உங்கிட்ட சொல்லணும்னு இருந்தேன். அன்னிக்கு அதை நான் தொலைக்கலே. வேணும்னுட்டே திருடிச் செலவழிச்சுட்டேன் பாட்டி’ என்றேன்.

‘எனக்குத் தெரியுமே!’ என்றாள் பாட்டி.